നവകേരളശില്പികൾ

ജീവചരിത്രപരമ്പര

പുസ്തകം 3

അക്കമ്മ ചെറിയാൻ

Akkama Cheriyan

R Parvathidevi

CHINTHA PUBLISHERS
Thiruvananthapuram

First Edition
June 2015

Second Edition
April 2019

Second Impression
April 2021

Published & Typesetting
Chintha Publishers, Thiruvananthapuram

Cover Design
Vinod Mangoes

ISBN - 978-93-84445-19-5

CR - NS 3 / 2111 / 5453

Email: chinthapublishers@gmail.com
Website: www.chinthapublishers.com

Distribution
DESHABHIMANI BOOKHOUSE
H O Thiruvananthapuram 695035

Branch
Head Office Kunnukuzhi • Statue Thiruvananthapuram •
KSRTC Bus Station Thiruvananthapuram
KSRTC Bus Station Alappuzha • KSRTC Bus Station Ernakulam •
Machingal Lane Thrissur • IG Road Kozhikode •
Mavoor Road Kozhikode • NGO Union Building Kannur •
Central Bus Terminal Complex Thavakkara Kannur

അക്കമ്മ ചെറിയാൻ

ആർ പാർവ്വതിദേവി

ചിന്ത പബ്ലിഷേഴ്സ്
തിരുവനന്തപുരം-695 035

ആർ പാർവ്വതിദേവി

പ്രശസ്ത മാർകിസ്റ്റ് സൈദ്ധാന്തികനും എഴുത്തുകാരനുമായ പി ഗോവിന്ദപ്പിള്ളയുടെയും പ്രൊഫ. ജെ രാജമ്മയുടെയും മകൾ. കേരള യൂണിവേഴ്സിറ്റിയിൽ നിന്ന് ഒന്നാം ക്ലാസോടെ തത്വശാസ്ത്രത്തിൽ ബി എ; എം എ ബിരുദങ്ങളും മദ്രാസ് യൂണിവേഴ്സിറ്റിയിൽ നിന്ന എംഫിൽഉം കരസ്ഥമാക്കി. രണ്ട് ദശാബ്ദക്കാലമായി മാധ്യമരംഗത്ത് സജീവം. സബ് എഡി റ്റർ (*ദേശാഭിമാനി* ദിനപത്രം) ചീഫ് സബ് എഡിറ്റർ (എഷ്യാനെറ്റ്) ന്യൂസ് എഡിറ്റർ, സ്പെഷ്യൽ കറസ്പോണ്ടന്റ് (കൈരളി ടി വി) എന്നീ നിലകളിൽ പ്രവർത്തിച്ചു. *പെൺമലയാളം*, ക്രോസ്ഫയർ തുടങ്ങിയ പരിപാടികളുടെ പ്രൊഡ്യൂസറായിരുന്നു.

ജീവിതം ഓടിത്തീർക്കുന്നവർ, നീല വിപ്ലവത്തിന്റെ ബാക്കി പത്രം കളിയമ്മ, വീണ്ടും സൂര്യോദയം എന്നീ ഡോക്യുമെന്ററികൾ സംവിധാനം ചെയ്തു.

ജീവിതം ഒരു സമരം, സമരതീക്ഷ്ണതയുടെ ഇന്നലെകൾ, പത്രം, പത്രം കുട്ടികളേ എന്നിവയാണ് പ്രധാനകൃതികൾ. അബുദാബി ശക്തി അവാർഡ്, പി ആർ രാജൻ മെമ്മോറിയൽ അവാർഡ് എന്നിവ ലഭിച്ചു.

ഭർത്താവ് : വി ശിവൻകുട്ടി
മകൻ : പി ഗോവിന്ദ് ശിവൻ
വിലാസം : മുല്ലയ്ക്കൽ, 9, സുഭാഷ്നഗർ,
തിരുവനന്തപുരം - 695008

ഉള്ളടക്കം

അക്കമ്മ ചെറിയാൻ

1909–1982

പ്രസാധകക്കുറിപ്പ്

ഇന്നത്തെ കേരളം ഒരു സുപ്രഭാതത്തിൽ ഉണ്ടായതല്ല. സഹസ്രാബ്ദങ്ങളുടെ ചരിത്രമുണ്ട് അതിന്. ഇരുപതാം നൂറ്റാണ്ടിന്റെ പകുതിവരെ ജന്മിനാടുവാഴിത്തത്തിന്റെ അധീശത്വവും അധികാരവുമാണ് കേരളത്തിലുണ്ടായിരുന്നത്. വ്യവസായവല്ക്കരണവും യുക്തിചിന്തയും കേരളീയ ജീവിതത്തിൽ വിവിധകാലങ്ങളിൽ ഗണനീയമായ പരിവർത്തനമുണ്ടാക്കിയിട്ടുണ്ട്. വിദേശീയരുമായുള്ള കേരളീയരുടെ സമ്പർക്കം ആരംഭിച്ചത് ആയിരക്കണക്കിന് വർഷങ്ങൾക്കുമുമ്പാണ്. കേരളത്തിന്റെ സുഗന്ധദ്രവ്യങ്ങൾക്കുവേണ്ടിയുള്ള മത്സരം യൂറോപ്യന്മാരുടെ ഭൂപരമായ കണ്ടെത്തലുകൾക്ക് കാരണമായിരുന്നു. ബി സി 3000 മുതൽ സുഗന്ധദ്രവ്യങ്ങൾക്കുവേണ്ടിയുള്ള ഈ പര്യവേക്ഷണങ്ങൾ ആരംഭിച്ചിരിക്കണം. സഹ്യപർവ്വതത്തിന്റെ പടിഞ്ഞാറുഭാഗത്തായി മലനിരകളും ഇടനാടും സമതലവും ചേർന്ന ഈ പ്രദേശം എക്കാലത്തും വ്യത്യസ്തമായ ഒരു പ്രദേശമായിരുന്നു. നാനാജാതിമതങ്ങൾക്ക് താവളവും അഭയവുമായിരുന്നു കേരളം.

ആധുനിക കേരളത്തിന്റെ ഭാവരൂപങ്ങൾ രൂപപ്പെടുത്തിയ അനേകം മഹാവ്യക്തിത്വങ്ങളുണ്ട്. അവർ ജീവിച്ച കാലഘട്ടവുമായി സംഘർഷത്തിലേർപ്പെട്ട് ഉയർന്നുവന്നവരാണവർ. അവരിൽ ഭരണാധികാരികളുണ്ട്, കലാകാരന്മാരുണ്ട്, സാഹിത്യകാരന്മാരുണ്ട്, ദാർശനികരും രാഷ്ട്രമീമാംസക്കാരുമുണ്ട്.

ഒരു കാര്യം സുവ്യക്തമാണ്. ഇന്ത്യാ രാജ്യത്തിന്റെ ഏറ്റവും തെക്കെ അറ്റത്തുള്ള ഈ ഭൂപ്രദേശം നീതിമാന്മാരെ വരിക്കാൻ എല്ലായ്പ്പോഴും സന്നദ്ധമായിട്ടുണ്ട്. മഹാബലിയെ സ്വന്തം രാജാവായി വരിക്കാൻ മലയാളദേശം സന്നദ്ധമായെന്ന കഥ തീർച്ചയായും നീതിമാന്മാരെ അംഗീ

കരിക്കുന്ന ഒരു ജനസംസ്കാരത്തിൽ നിന്നുള്ള ഉപലബ്ധിയാണ്. നീതിക്കുവേണ്ടിയുള്ള ഈ ദാഹത്തിൽ നിന്നാണ് കേരളം വിദേശവാഴ്ചയ്ക്കെതിരെ ആയുധമെടുത്തത്, പിന്നീട് സ്വന്തം മനസ്സുകളുടെ ഇരുൾക്കയങ്ങളിലേക്ക് നൂതനചിന്തയുടെയും, സമരത്തിന്റെയും പ്രകാശരശ്മികൾ ഏറ്റുവാങ്ങിയത്. നവോത്ഥാനത്തിലേക്ക് കേരളം നയിക്കപ്പെട്ടത് ഇങ്ങനെയാണ്.

ഇരുപതാം നൂറ്റാണ്ടിലെ കേരളം തിളച്ചുമറിയുന്ന ഒരു പാത്രം പോലെയായിരുന്നു. രാഷ്ട്രീയമുന്നേറ്റങ്ങളും പോരാട്ടങ്ങളും കേരളീയ ജീവിതത്തിന്റെ സ്വാഭാവികമായ അവസ്ഥയായി മാറി. പഴമയുടെ കാവൽക്കാരായ നാടുവാഴി-ഭൂപ്രഭുവർഗ്ഗത്തിനെതിരെ മാനസികവും ഭൗതികവുമായ പോരാട്ടങ്ങളുണ്ടായി. ഇത് കേരളീയരുടെ ഭൗതിക ജീവിതത്തെ മാത്രമല്ല, മാനസിക ജീവിതത്തെയും മാറ്റിമറിച്ചു. കവിതയിലും (സാമാന്യമായി സാഹിത്യത്തിലും) ചിന്തയിലും രാഷ്ട്രീയ പ്രവർത്തനത്തിലുമെല്ലാം ഈ മാറ്റം പ്രകടമായിരുന്നു.

ഈ പരിവർത്തനങ്ങൾക്ക് രൂപം നല്കിയവരെയാണ് 'നവകേരള ശില്പികൾ' എന്ന പരമ്പരയിലൂടെ ചിന്ത പരിചയപ്പെടുത്തുന്നത്. നമ്മുടെ അറിവും ഉറവും നിർണ്ണയിക്കുന്നതിൽ നവകേരളശില്പികൾ വലിയ പങ്കു വഹിച്ചു. അവരുടെ ചരിത്രം അറിയുന്നത് കേരളീയ ജീവിതം മുന്നോട്ടു കൊണ്ടുപോവുന്നതിനുള്ള ഒരു മുന്നുപാധിയാണ്. നവകേരളശില്പികൾ എന്ന പരമ്പരയിലെ ഓരോ പുസ്തകവും ഈ ദൗത്യം നിർവ്വഹിക്കുന്നുണ്ട്.

ശ്രീ. പ്രദീപ് പനങ്ങാടാണ് ഈ പരമ്പരയുടെ എഡിറ്റർ. അദ്ദേഹത്തിനും പരമ്പരയിലേക്ക് പുസ്തകങ്ങൾ തയ്യാറാക്കുന്ന എഴുത്തുകാർക്കും ചിന്ത പബ്ലിഷേഴ്സ് കൃതജ്ഞത അറിയിക്കുന്നു.

ചിന്ത പബ്ലിഷേഴ്സ്

അക്കമ്മ ചെറിയാൻ

ഒരു സമരജീവിതത്തിന്റെ ജ്വാലാമുഖങ്ങൾ

ഇന്ത്യൻ ദേശീയ പ്രസ്ഥാനത്തിന് കേരളം നല്കിയ സവിശേഷ സംഭാവനകളിലൊന്നാണ് അക്കമ്മ ചെറിയാൻ. യാഥാസ്ഥിതിക ജീവിത പാരമ്പര്യത്തിന്റെ വഴിത്താരകളിൽ നിന്നും സ്വയം നടന്നുമാറി രാഷ്ട്രീയ സ്വാതന്ത്ര്യത്തിനും സാമൂഹിക സമത്വത്തിനും വേണ്ടി പോരാടിയ ധീര വനിതയാണ്. വ്യക്തിപരമായ ഉന്നതിയോ അധികാരലക്ഷ്യങ്ങളോ ഉന്ന തപദവികളോ ആഗ്രഹിക്കാതെ സമൂഹത്തിന് വേണ്ടി സ്വയം സമർപ്പിച്ച ജീവിതമായിരുന്നു അത്. സ്വന്തം പ്രസ്ഥാനത്തിൽ ജീർണ്ണതയുടെ കാർമേ ഘങ്ങൾ നിറഞ്ഞപ്പോഴും, രാഷ്ട്രീയത്തിന്റെ വേദികൾ അധികാരത്തിന്റെ ഒത്തുതീർപ്പുകൾക്ക് വേദിയായപ്പോഴും അക്കമ്മ ചെറിയാൻ ഏറെ വേദ നിച്ചു. പക്ഷേ എന്നും ആദർശനിഷ്ഠമായ രാഷ്ട്രീയബോധം കാത്തു സൂക്ഷിച്ചു.

സ്വതന്ത്ര തിരുവിതാംകൂർ എന്ന സ്വപ്നം സാക്ഷാത്ക്കരിക്കാൻ വേണ്ടിയാണ്, സുറിയാനി കത്തോലിക്കാ സമുദായത്തിൽ പിറന്ന അക്കമ്മ ചെറിയാൻ സുരക്ഷിതമായ ജോലി ഉപേക്ഷിച്ച് ദേശീയ പ്രസ്ഥാനത്തി ലേക്ക് എത്തിയത്. ത്യാഗനിർഭരവും ക്ലേശ ഭരിതവുമായ രാഷ്ട്രീയ ജീവി തമാണ് പിന്നീട് നയിച്ചത്. 1114 ലെ കൊട്ടാരം മാർച്ച് തിരുവിതാംകൂറിന്റെ ചരിത്രത്തിലേയും അക്കമ്മ ചെറിയാന്റെ ജീവിതത്തിലേയും ജ്വലിക്കുന്ന ഒരേടാണ്. അന്ന് അക്കമ്മ ചെറിയാൻ ഇങ്ങനെ പറഞ്ഞു: “ഉത്തരവാദ ഭരണത്തിനുവേണ്ടി തിരുവിതാംകൂറിൽ നടന്നുകൊണ്ടിരിക്കുന്ന വിരോ ചിതമായ സമരം ശാന്തമായ വിദ്യാലയാന്തരീക്ഷം വിട്ട് സമരത്തിന്റെ അണികളിൽ ന്യായമായ സ്ഥാനം സ്വീകരിക്കാൻ എന്നെ നിർബ്ബന്ധി ക്കുകയാണ് ഉണ്ടായത്. അക്കമ്മ ചെറിയാന്റെ നേതൃത്വത്തിൽ നടന്ന ഈ ബഹുജനപ്രക്ഷോഭം വലിയ പ്രത്യാഘാതങ്ങളാണ് തിരുവിതാം

കൂറിൽ ഉണ്ടാക്കിയത്. അക്കമ്മ ചെറിയാന്റെ ജീവിതത്തിലും ഈ സമരം വഴിത്തിരിവായി.

സ്വാതന്ത്ര്യത്തിനുശേഷം ദേശീയ രാഷ്ട്രീയപ്രസ്ഥാനങ്ങൾക്കകത്തുണ്ടായ അപചയങ്ങൾ അക്കമ്മ ചെറിയാനെ ഏറെ വേദനിപ്പിച്ചു. അധികാരസ്ഥാനങ്ങൾക്ക് വേണ്ടിയുള്ള മത്സരങ്ങളും ഒത്തുതീർപ്പുകളും രാഷ്ട്രീയത്തോട് വിമുഖത പുലർത്താൻ അവരെ പ്രേരിപ്പിച്ചു. അക്കമ്മ ചെറിയാൻ എഴുതി: "ഞാൻ രാഷ്ട്രീയം മടുത്തു. രാജ്യസേവനത്തിൽ നിന്നും എനിക്ക് ലഭിച്ച അനുഭവങ്ങൾ കയ്പേറിയതാണ്. സമര സമയത്ത് സ്ത്രീകളെ മുൻപിലേക്ക് തള്ളിവിട്ടവർ സ്ഥാനമാനങ്ങൾ വന്നപ്പോൾ അവരെ തട്ടിമറിച്ചിട്ടുകൊണ്ട് മുന്നേറി." ദീർഘകാലത്തെ രാഷ്ട്രീയജീവിതം അവർക്ക് സമ്മാനിച്ചത് ഇത്തരം നിരാശാഭരിതമായ അനുഭവങ്ങളായിരുന്നു.

സജീവ രാഷ്ട്രീയത്തിൽനിന്ന് അകത്തു നിന്നുകൊണ്ട് ഏകാന്തമായ ഒരു ജീവിതം നയിക്കാനാണ് അക്കമ്മ ചെറിയാൻ അവസാനകാലത്ത് ആഗ്രഹിച്ചത്. സാമ്പത്തികവും സാമൂഹികവുമായ നിരവധി പ്രതിസന്ധികളെ അതിജീവിച്ചാണ് മുമ്പോട്ട് പോയത്. ആദർശഹിന്ദു രാഷ്ട്രീയത്തിന്റെ രക്തസാക്ഷിയാണ് അക്കമ്മ ചെറിയാൻ എന്നുപോലും പറയാം. തിരുവിതാംകൂറിലെ സ്വാതന്ത്ര്യസമര പ്രസ്ഥാനത്തിലെ ഈ ധീരവനിതയുടെ ജീവിതപഥങ്ങളാണ് പത്രപ്രവർത്തകയും എഴുത്തുകാരിയുമായ ആർ പാർവ്വതിദേവി വരച്ചുകാട്ടുന്നത്. രാഷ്ട്രീയ ജീവിതം മാത്രമല്ല, വ്യക്തിപരമായ ജീവിത പ്രതിസന്ധികളും വിശദമായി അവതരിപ്പിക്കുന്നു. തിരുവിതാംകൂറിലെ ദേശീയപ്രസ്ഥാനത്തിന്റെ ചരിത്രം കൂടിയാണ് ഈ പുസ്തകം. നവകേരളശില്പികൾ എന്ന ജീവചരിത്രപരമ്പരയിൽ അക്കമ്മ ചെറിയാന്റെ ഐതിഹാസിക ജീവിതം അവതരിപ്പിക്കാൻ കഴിഞ്ഞതിൽ സന്തോഷിക്കുന്നു. ചരിത്രസ്മരണകളോടെ ഈ രചനയിലേക്ക് കടന്നു പോകാം.

പ്രദീപ് പനങ്ങാട്
എഡിറ്റർ
നവകേരളശില്പികൾ
ജീവചരിത്ര പരമ്പര.

1

ആദ്യസമരം

പതിമൂന്നു വയസ്സുള്ള ഒരു പെൺകുട്ടി കന്യാസ്ത്രീമഠത്തിലെ അനീതിക്കെതിരെ നിരാഹാരസമരം നടത്തിയത് 1922 ലാണ്. കത്തോലിക്കാ സമുദായത്തിലെ പെൺകുട്ടികൾക്ക് ചെരുപ്പിടാനോ സാരി ഉടുക്കാനോ ഉറക്കെ സംസാരിക്കാനോ ചിരിക്കാനോ മാത്രമല്ല ദിവസവും കുളിക്കാൻപോലും അനുവാദമില്ലാത്ത കാലമായിരുന്നു അത്. അന്നാണ് കോൺവെന്റിൽ ലഭിക്കുന്ന ഭക്ഷണത്തിനു വൃത്തിയില്ലാത്തതുകൊണ്ട് ഒരു പെൺകുട്ടി സമരംചെയ്യുന്നത്. അഴിയടിച്ച പൊതു ഊണുമുറിയിൽ കുട്ടികൾക്കായി നിരത്തിവച്ചിരിക്കുന്ന ഭക്ഷണസാധനങ്ങൾ കാക്ക കൊത്തുന്നതു കണ്ടതാണ് അക്കമ്മയെന്ന പെൺകുട്ടിയെ രോഷാകുലയാക്കിയത്. എല്ലാ പെൺകുട്ടികളും ഭയംമൂലം നിശ്ശബ്ദരായിരുന്ന് ഈ വൃത്തികെട്ട ആഹാരം കഴിക്കുമ്പോൾ അക്കമ്മയ്ക്കതു കഴിഞ്ഞില്ല. അവൾ നിരാഹാരം തുടങ്ങി. പാത്രത്തിന്റെ വക്കിൽ വന്നിരുന്നു കാക്ക ആഹാരം കൊത്തുക മാത്രമല്ല അവിടെയാകെ കാഷ്ഠിക്കുകയും ചെയ്തിരുന്നു. അറപ്പും വെറുപ്പുംകൊണ്ട് ഊണുമുറി എന്നോർക്കുമ്പോൾതന്നെ അക്കമ്മയ്ക്കു ഛർദ്ദിക്കുവാൻ തോന്നി. അങ്ങനെ ദിവസങ്ങളോളം അക്കമ്മ ഭക്ഷണം കഴിക്കുവാൻ പോയില്ല. വിവരം അറിഞ്ഞ് മനഃസാക്ഷിയുള്ള ഒരു അദ്ധ്യാപിക സമരം തീർക്കുവാൻ മുൻകൈയെടുത്തു. സ്വന്തം മുറിയിൽ കൊണ്ടുപോയി അക്കമ്മയ്ക്ക് ചൂടുകഞ്ഞിയും മുളകുചുട്ടതും കാച്ചിയ മോരും കൊടുത്തു. ഈ അസാധാരണ വിപ്ലവകാരി കേരളത്തിന്റെയെന്നല്ലാ ഇന്ത്യാ ചരിത്രത്തിൽ ഇടം നേടുമെന്ന് അന്നൊരുപക്ഷേ ആ കോൺവെന്റിലെ കന്യാസ്ത്രീകൾ മനസ്സിലാക്കിയിട്ടുണ്ടാവില്ല. വളരെ ചെറുപ്പം മുതൽതന്നെ അനീതിയെ ചെറുക്കുവാനും സ്വാതന്ത്ര്യത്തിനായി പോരാടുവാനുമുള്ള മനോധൈര്യം അക്കമ്മയ്ക്കുണ്ടായിരുന്നു. തന്റെ മനഃസാക്ഷിക്കനുസരിച്ച് ശരിയെന്നു തോന്നുന്നതി

നായി എന്തു ത്യാഗവും ചെയ്യുന്നതിനുള്ള സന്നദ്ധതയാണ് അക്കമ്മയുടെ സവിശേഷത.

ചങ്ങനാശ്ശേരി സെന്റ് ജോസഫ് ഹൈസ്കൂളിൽ പഠിക്കുമ്പോൾ താമസിച്ചിരുന്ന കർമ്മലീത്ത മഠത്തിന്റെ ബോർഡിങ് സ്കൂളിലെ ജീവിതത്തിലെ ഒരു സംഭവത്തെക്കുറിച്ചാണ് മേൽസൂചിപ്പിച്ചിരിക്കുന്നത്. ബോർഡിങ്ങിലെ പല കാര്യങ്ങളോടും അക്കമ്മയ്ക്ക് എതിർപ്പായിരുന്നു. കുട്ടികളെ അടിമകളെപ്പോലെ അടിച്ചമർത്തുന്ന കന്യാസ്ത്രീകളുടെ രീതിയെക്കുറിച്ച് അക്കമ്മ പലയിടങ്ങളിലും പ്രതിഷേധത്തോടെ എഴുതിയിട്ടുണ്ട്.

“ഭാവിയിൽ കന്യാസ്ത്രീകളാകുന്ന ചിത്രശലഭങ്ങളെ ഉല്പാദിപ്പിക്കുന്നതിനു വേണ്ടിയുള്ള പുഴുക്കളെ വളർത്തിയെടുക്കുന്ന നഴ്സറിയായിരുന്നു ബോർഡിങ്” എന്നാണ് അക്കമ്മ പറയുന്നത്. സ്വന്തം നഗ്നശരീരം ദിവസവും കാണുന്നത് പാപമായതുകൊണ്ട് കുളിക്കുപോലും നിയന്ത്രണം ഏർപ്പെടുത്തിയിരുന്നതായി അക്കമ്മ തന്റെ ഓർമ്മക്കുറിപ്പുകളിൽ എഴുതിയിട്ടുണ്ട്. പക്ഷേ, ദിവസവും കുളിച്ചു ശീലിച്ച അക്കമ്മ കിണറ്റിൽനിന്നും വെള്ളം കോരുന്നവർക്ക് ഒരു ചക്രം കൊടുത്തു വെള്ളം വാങ്ങി നിയമലംഘനം നടത്തി. ഇത്തരത്തിൽ ഉള്ള വിലക്കുകളും അനാചാരങ്ങളും എതിർക്കുന്നതിന് അക്കമ്മയെ സഹായിച്ചതു കുടുംബപശ്ചാത്തലംകൂടിയാണ്. പുരോഗമനചിന്താഗതിക്കാരായ അച്ഛനമ്മമാർ സ്വതന്ത്രവ്യക്തിത്വമായി വളരുന്നതിന് അക്കമ്മയ്ക്ക് കരുത്തേകി.

2

കുടുംബം

കോട്ടയം ജില്ലയിലെ കാഞ്ഞിരപ്പള്ളി കരിപ്പാപ്പറമ്പിൽ 'നീതിമാൻ തൊമ്മച്ചൻ' എന്നറിയപ്പെടുന്ന ദേവസ്യാ തൊമ്മനും പാലക്കുന്നേൽ അക്കമ്മയ്ക്കും ആറ് ആൺമക്കളും രണ്ട് പെൺമക്കളുമാണുണ്ടായിരുന്നത്. ഇവരിൽ അഞ്ചാമത്തെ മകനായ തൊമ്മൻ ചെറിയാന്റെയും പായിപ്പാട്ട് വെട്ടിയാട് പുന്നക്കുടിയിൽ അന്നമ്മയുടെയും മൂത്ത മകളാണ് അക്കമ്മ ചെറിയാൻ. 1909 ഫെബ്രുവരി 15 ന് ജനിച്ച അക്കമ്മയ്ക്ക് അഞ്ചു സഹോദരന്മാരും രണ്ടു സഹോദരിമാരും ആണുണ്ടായിരുന്നത്. കെ സി തോമസ്, കെ സി വർക്കി, കെ സി സെബാസ്റ്റ്യൻ, കെ സി ചെറിയാൻ, കെ സി ജോസഫ്, റോസമ്മ, ത്രേസ്യാമ്മ എന്നിവരാണ് അക്കമ്മയുടെ സഹോദരങ്ങൾ. ഉല്പതിഷ്ണുക്കളായ തൊമ്മൻ ചെറിയാനും ഭാര്യ അന്നമ്മയും മക്കളെ സ്വതന്ത്രചിന്താഗതിക്കാരായി വളർത്തുവാൻ ആണ് താല്പര്യം കാട്ടിയത്. അന്നു നിലനിന്നിരുന്ന വിലക്കുകളും പ്രതിബന്ധങ്ങളും തങ്ങളുടെ പെൺമക്കളെ ബാധിക്കരുതെന്ന് ഇവർക്കുണ്ടായിരുന്നു. പെൺമക്കൾ ബാദ്ധ്യതയാണെന്നു കരുതുന്നവരോട് "അവരെനിക്കു ധനമാണ് എന്നാണ് തൊമ്മൻ ചെറിയാൻ പറഞ്ഞിരുന്നത്. തൊമ്മൻ ചെറിയാനും കുടുംബവും ആദ്യം കുരിശിങ്കലിലെ കുടുംബവീട്ടിൽ കഴിയുമ്പോഴും പിന്നീട് പൊടിമുറ്റത്തെ നിലയ്ക്കൽ ബംഗ്ലാവിലേക്കു മാറിയശേഷവും സാംസ്കാരിക പ്രവർത്തനങ്ങളുടെയും സംവാദങ്ങളുടെയും കേന്ദ്രമായിരുന്നു ഇവരുടെ വീട്. കലാസ്നേഹിയായ തൊമ്മൻ ചെറിയാൻ നാടകങ്ങൾ അരങ്ങിലെത്തിക്കുകയും ധാരാളം യുവാക്കളെ അതിലേക്ക് ആകർഷിക്കുകയും ചെയ്തിരുന്നു.

കൂടാതെ, ലോകരാഷ്ട്രീയ, സാമൂഹ്യ വിഷയങ്ങളുടെ സജീവ ചർച്ചാ കേന്ദ്രം കൂടിയായിരുന്നു നിലയ്ക്കൽ ബംഗ്ലാവ്. ആഴ്ചയിൽ ഒരിക്കൽ തപാലിൽ വരുന്ന *ദീപിക* പത്രം വായിക്കുവാനായി അയൽക്കാർ

എത്തും. ലോകമഹായുദ്ധത്തെക്കുറിച്ചും ആസ്ത്രിയ, ജർമ്മനി, ജർമ്മൻ കൈസർ എന്നീ പേരുകളെക്കുറിച്ചും അക്കമ്മയ്ക്ക് പരിചിതമായത് ഈ ചർച്ചകളിൽനിന്നാണ്. തൊമ്മൻ ചെറിയാനെ കാണാൻ വരുന്ന സന്ദർശകർക്ക് കാപ്പിയും മുറുക്കാനും മറ്റും കൊടുക്കുന്നത് അക്കമ്മകൂടിയായിരുന്നു. ഇവരുടെ ചർച്ചകൾ കേൾക്കാൻ അക്കമ്മയ്ക്കതിനാൽ അവസരം കിട്ടി. അക്കമ്മയുടെ സാമൂഹ്യബോധത്തിന്റെ വികാസത്തിൽ ഇതും പങ്കുവഹിച്ചിട്ടുണ്ടാകാം. അന്ന് സുറിയാനി ക്രിസ്ത്യാനി പെൺകുട്ടികൾ അടുക്കളയിൽനിന്നും പുറത്തിറങ്ങരുതെന്നു കരുതിയിരുന്നെങ്കിലും തൊമ്മൻ ചെറിയാൻ പെൺമക്കളെ പരമാവധി പഠിപ്പിച്ച് സ്വന്തം കാലിൽ നിർത്താനാണ് ആഗ്രഹിച്ചത്. ആൺകുട്ടികളിൽനിന്നും വ്യത്യസ്തമായാണ് പെൺകുട്ടികളെ വളർത്തേണ്ടതെന്ന പൊതുബോധം ആയിരുന്നില്ല അക്കമ്മയുടെ അച്ഛനമ്മമാർക്കുണ്ടായിരുന്നത്. തൊമ്മൻ ചെറിയാന്റെ മാതാപിതാക്കളും വിശാലചിന്താഗതിക്കാർ ആയിരുന്നു. അമ്മ പാലക്കുന്നേൽ അക്കമ്മ കഠിനാദ്ധ്വാനിയും അഭ്യസ്തവിദ്യയും ആയിരുന്നു. ഈ മുത്തശ്ശിയുടെ പേരാണ് അക്കമ്മ ചെറിയാന് ഇട്ടത്. കരിപ്പാപ്പറമ്പിൽ കുടുംബത്തിന്റെ പുരോഗമനപാരമ്പര്യത്തിന്റെ ഭാഗമായി വളർന്ന അക്കമ്മയും സഹോദരിമാരും അക്കാലത്ത് ലഭ്യമായിരുന്ന ഏറ്റവും നല്ല വിദ്യാഭ്യാസം നേടുകയും സ്വന്തം കാലിൽ നില്ക്കുവാനുള്ള പ്രാപ്തി സ്വായത്തമാക്കുകയും ചെയ്തു. വീട്ടിൽനിന്നും ലഭിച്ച പരിശീലനവും സ്വാതന്ത്ര്യവും ആണ് ആത്മവിശ്വാസമുള്ളവരായി മാറുവാൻ സഹായിച്ചതെന്ന് അക്കമ്മ തന്നെ സാക്ഷ്യപ്പെടുത്തുന്നുണ്ട്. പെൺമക്കൾക്ക് ആൺമക്കൾക്കു തുല്യമായ സ്വത്തു നല്കുവാൻപോലും തൊമ്മൻ ചെറിയാൻ ശ്രമം നടത്തിയിരുന്നു. എന്നാൽ, കുടുംബത്തിലെ മറ്റുചിലരുടെ എതിർപ്പു മൂലമാണതു നടക്കാതെ പോയത്. പെൺമക്കളെ സ്വതന്ത്രരായി വളർത്തുന്നതിന് അന്നമ്മയും പിന്തുണയേകി. ബാല്യം വിടുന്നതിനു മുമ്പ് പെൺകുട്ടികളെ വിവാഹം കഴിപ്പിച്ചയച്ചിരുന്ന അക്കാലത്തും തങ്ങളുടെ പെൺമക്കളെ വിദ്യാഭ്യാസം ചെയ്യിച്ച് സ്വന്തം കാലിൽ നിർത്തിയശേഷം മാത്രമേ വിവാഹം ആലോചിക്കൂ എന്നാണ് തൊമ്മൻ ചെറിയാനും അന്നമ്മയും കരുതിയിരുന്നത്. 1932 മാർച്ച് 27 ന് 52-ാം വയസ്സിൽ തൊമ്മൻ ചെറിയാൻ അന്തരിച്ചു. പിന്നീട് അന്നമ്മയുടെ മേൽനോട്ടത്തിലാണ് കുടുംബം മുന്നോട്ടു പോയത്. തൊമ്മൻ ചെറിയാന്റെ താല്പര്യപ്രകാരം തന്നെ അന്നമ്മ മക്കളെ വളർത്തി. അക്കമ്മയും റോസമ്മയും മുഴുവൻസമയ രാഷ്ട്രീയത്തിലേക്കെടുത്തു ചാടിയപ്പോഴും അന്നമ്മയുടെ പിന്തുണ അവർക്ക് ഉണ്ടായിരുന്നു. മുഴുവൻസമയവും അദ്ധ്വാനിക്കുന്ന, ഈശ്വരഭക്തയും ആദർശവതിയുമായ അമ്മയുടെ സ്വാധീനവും അക്കമ്മയുടെ തിളങ്ങുന്ന വ്യക്തിത്വ രൂപീകരണത്തിൽ വലിയ പങ്കുവഹിച്ചിട്ടുണ്ട്. കോൺഗ്രസിന്റെ പന്ത്രണ്ടാമത്തെ സർവ്വാധിപതിയായി അതീവ സാഹസികമായി പ്രക്ഷോഭരംഗത്തേക്കിറങ്ങിയ അക്കമ്മയെ അമ്മ കണ്ണുനീരോടെ അനുഗ്രഹിച്ചയക്കുകയാണു ചെയ്തത്. സ്വതന്ത്ര ഭാരതം താമ്ര

പത്രം നല്കി അക്കമ്മയെ ആദരിച്ചപ്പോൾ അക്കമ്മ അത് സമർപ്പിച്ചത് അമ്മയ്ക്കാണ്. അക്കമ്മ ഇങ്ങനെ എഴുതി:

> എനിക്കു സ്വാതന്ത്ര്യസമരത്തിൽ പങ്കെടുക്കുവാൻ പ്രചോദനം നല്കിയത് എന്റെ അമ്മയാണ്. എന്റെ അമ്മ ഇന്നും ജീവിച്ചിരിക്കുന്നുണ്ട്. 87 വയസ്സായി. സത്യത്തിൽ താമ്രപത്രം ലഭിക്കേണ്ടത് അമ്മയ്ക്കാണ്. എനിക്കല്ല. അമ്മ അന്ന് എന്നെ സമരരംഗത്തിറങ്ങാൻ അനുവദിച്ചിരുന്നില്ലെങ്കിൽ എനിക്കിന്ന് താമ്രപത്രം കിട്ടുമായിരുന്നില്ല.

(*മനോരാജ്യം* ആഴ്ചപ്പതിപ്പ്; 1972 ഒക്ടോബർ 11) 1974 സെപ്തംബർ 19 ന് 90-ാം വയസ്സിൽ അന്നമ്മ നിര്യാതയായി.

വിദ്യാഭ്യാസം

1918 ൽ കാഞ്ഞിരപ്പള്ളി ഗവൺമെന്റ് ഗേൾസ് പ്രൈമറി സ്കൂളിൽ ആണ് അക്കമ്മയുടെ പ്രാഥമിക വിദ്യാഭ്യാസം നടന്നത്. ഡോ. മിച്ചൽ എന്ന യൂറോപ്യൻ വിദ്യാഭ്യാസ ഡയറക്ടർ ആൺകുട്ടികൾക്കെല്ലാം കോട്ടും ടൈയും തൊപ്പിയുമുള്ള യൂണിഫോം ഏർപ്പെടുത്തിയ കാലം. ഗ്രാമീണ ബാലന്മാർ മാങ്ങയും കശുമാങ്ങയും എല്ലാം മരത്തിൽ കയറി പറിച്ചശേഷം കോട്ട് ഊരി അതിലായിരുന്നു ശേഖരിച്ചിരുന്നതെന്ന് അക്കമ്മ ഓർക്കുന്നു (*ജീവിതം ഒരു സമരം:* അക്കമ്മ ചെറിയാന്റെ ആത്മകഥ). മറിയാമ്മ എന്ന ഉറ്റ കൂട്ടുകാരിയോയൊപ്പമാണ് അക്കമ്മ ഏതാണ്ട് മുഴുവൻസമയവും ചെലവഴിച്ചിരുന്നത്. രാത്രിയിൽ ഉറങ്ങുമ്പോൾ മാത്രമേ ഇവർ വേർപിരിഞ്ഞിരുന്നുള്ളൂ. സ്കൂളിൽനിന്നും വരുന്നവഴിയിൽ ഒരു പാറയുടെ മുകളിലിരുന്ന് രണ്ടു പെൺകുട്ടികളുംകൂടി ഗൃഹപാഠം എഴുതിത്തീർക്കും. തിരിച്ചു വീട്ടിലെത്തിയാലും ഒരുമിച്ചു കളി തന്നെ. സന്ധ്യ മയങ്ങുമ്പോൾ രണ്ടുപേരും സ്വന്തം വീട്ടിലേക്കു പോകും.

പതിമൂന്നുവയസ്സിൽ മിഡിൽ സ്കൂൾ വിദ്യാഭ്യാസം പൂർത്തിയാക്കിയശേഷം ചങ്ങനാശ്ശേരി സെന്റ് ജോസഫ്സ് ഹൈസ്കൂളിൽ ചേർന്നു. അമ്മവീടായ പായിപ്പാട്ട് അക്കരപ്പറമ്പിൽ താമസിച്ചാണ് ആദ്യം ചങ്ങനാശ്ശേരിക്കു പോയിക്കൊണ്ടിരുന്നത്. കുറേദൂരം വള്ളത്തിലും കുറേദൂരം നടന്നുമൊക്കെ വേണം സ്കൂളിലെത്താൻ. ഈ ബുദ്ധിമുട്ടുമൂലം അക്കമ്മയ്ക്കു ക്ലാസുകയറ്റം കിട്ടിയില്ല. അങ്ങനെയാണ് ഈ പുസ്തകത്തിന്റെ ആദ്യഭാഗത്തു സൂചിപ്പിച്ച കർമ്മലീത്ത മഠത്തിന്റെ ബോർഡിങ് സ്കൂളിൽ ചേർത്തത്. ദുർഗ്ഗുണപരിഹാര പാഠശാലയുടെ മട്ടിലാണ് അന്നത്തെ ബോർഡിങ്ങുകൾ. കുട്ടികളോട് സ്നേഹവാത്സല്യങ്ങൾ കാണിച്ചാൽ അവർ ചീത്തയായിപ്പോകുമെന്നാണ് അന്നത്തെ വിശ്വാസം. അതുകൊണ്ടുതന്നെ കന്യാസ്ത്രീകൾ കർശനമായി അച്ചടക്കം നടപ്പാക്കി കുട്ടികളെ "വഴിതെറ്റാതിരിക്കുവാൻ" ശ്രദ്ധിച്ചു. വിവാഹം എന്ന പദം ഉച്ചരി

ക്കുവാൻ പോലും അനുവാദമില്ല. താഴെ പായിൽ കിടന്നുറങ്ങുന്ന പെൺകുട്ടികളെ പ്രഭാതപ്രാർത്ഥനയ്ക്ക് വിളിച്ചുണർത്തുന്നത് ഒരു ബെൽറ്റു കൊണ്ടടിച്ചായിരുന്നുവെന്ന് അക്കമ്മ പറഞ്ഞിട്ടുണ്ട് കാക്ക കൊത്തിയ ഭക്ഷണം കുട്ടികൾക്കു നല്കിയ സംഭവത്തെക്കുറിച്ച് മുകളിൽ വിവരിച്ചിരുന്നുവല്ലോ. കന്യാസ്ത്രീമഠത്തിലെ ഒരു പെൺകുട്ടി പ്രതിഷേധംമൂലം ഭക്ഷണം കഴിക്കാതിരുന്നുവെന്ന വാർത്ത വളരെ പെട്ടെന്നു പരന്നു. ഒരിക്കൽ അക്കമ്മയുടെ കുടുംബത്തിലെ ഒരു വൈദികൻ അക്കമ്മയെ കണ്ടപ്പോൾ "കട്ടിലും മെത്തയും കിട്ടാത്തതിന് പരാതി പറഞ്ഞ പെൺകുട്ടിയല്ലേ" എന്നും ചോദിച്ച സംഭവം അക്കമ്മ തന്റെ ആത്മകഥയിൽ വിവരിക്കുന്നുണ്ട്. സത്യവിരുദ്ധമായ ആരോപണങ്ങൾ ഉന്നയിച്ചത് അക്കമ്മയെ ചൊടിപ്പിച്ചു. വൃത്തിഹീനമായ ഭക്ഷണത്തെക്കുറിച്ചാണ് പരാതി പറഞ്ഞതെന്ന് അക്കമ്മ വിശദീകരിച്ചു. "കർത്താവ് എത്ര വൃത്തിഹീനമായ സ്ഥലത്താണ് ജനിച്ചത്" എന്നാണ് മല്പാനച്ചൻ എന്ന ആ വൈദികന്റെ പ്രതികരണം ഉടൻ വന്നത്. പക്ഷേ, കർത്താവിന്റെ മണവാട്ടിമാർ വൃത്തിയുള്ള മനോഹരമായ മുറികളിലാണല്ലോ എന്ന് അക്കമ്മ തിരിച്ചടിക്കുകയുംചെയ്തു. "കരിപ്പാപ്പറമ്പിലെ പെണ്ണുങ്ങളെല്ലാം അധികപ്രസംഗികളാണ്" എന്നു പറഞ്ഞ് മല്പാനച്ചൻ ഇറങ്ങിപ്പോവുകയും ചെയ്തു. അക്കമ്മയുടെ വ്യക്തിത്വത്തിലേക്കു വെളിച്ചം വീശുന്ന സംഭവങ്ങളാണിതെല്ലാം. ഈ തന്റേടവും പ്രതികരണശേഷിയും തന്നെയാണ് അക്കമ്മയ്ക്ക് ചരിത്രത്തിൽ ഇടം നേടി കൊടുത്തതും.

1926 ൽ ഇ എസ് എൽ സി (ഇന്നത്തെ എസ് എസ് എൽ സി) പാസായശേഷം അക്കമ്മ എറണാകുളം സെന്റ് തെരേസാസ് കോളേജിൽ ചേർന്നു. സെന്റ് തെരേസാസിലെ മൂന്നമത്തെ ബാച്ചായിരുന്നു അക്കമ്മയുടേത്. ഇ എസ് എൽ സിക്ക് കണക്കും ഫിസിക്സും ആണ് പഠിച്ചതെങ്കിലും സെന്റ് തെരേസാസിൽ ഈ വിഷയങ്ങൾ ഇല്ലാത്തതിനാൽ ചരിത്രം ഐച്ഛികവിഷയമായിട്ടെടുത്തു പഠിക്കേണ്ടി വന്നു. സ്കൂളിൽ വളരെ കുറച്ചു മാർക്കുമാത്രം നേടിയിരുന്ന ചരിത്രം പഠിക്കുവാൻ അക്കമ്മയ്ക്ക് ആദ്യം താല്പര്യം ഉണ്ടായിരുന്നില്ല. പക്ഷേ, പഠിച്ചു തുടങ്ങിയതോടെ ആവേശമായി. വിവാദമായ പലതും ക്ലാസിൽ പഠിപ്പിക്കാതെ വിട്ടുകളയും. വേണമെങ്കിൽ ആ ഭാഗങ്ങൾ സ്വയം പഠിക്കണം. അങ്ങനെയാണ് ഫ്രഞ്ചുവിപ്ലവം, റഷ്യൻ വിപ്ലവം, ഇന്ത്യൻ നാഷണൽ കോൺഗ്രസ്, ജാലിയൻ വാലാബാഗ് എന്നീ വിഷയങ്ങൾ അന്വേഷിച്ച് കോളേജ് ലൈബ്രറിയിൽ പോയിത്തുടങ്ങിയത്. അങ്ങനെ അക്കമ്മയ്ക്ക് ചരിത്രം ഇഷ്ടമായി ഇംഗ്ലീഷ് സാഹിത്യവും അക്കമ്മയ്ക്ക് പ്രിയപ്പെട്ട വിഷയമായിരുന്നു. പിന്നീട് സിസ്റ്റർ ആന്റോണറ്റ് എന്ന പേരു സ്വീകരിച്ച മിസ് കോനിസത്തറായിരുന്നു അക്കമ്മയുടെ പ്രിയപ്പെട്ട ഇംഗ്ലീഷ് അദ്ധ്യാപിക. കവികൂടിയായിരുന്ന ആ അദ്ധ്യാപികയുടെ സ്വാധീനം നിമിത്തമായിരിക്കാം അക്കമ്മ പിന്നീട് ചില ഇംഗ്ലീഷ് കവിതകൾ എഴുതിയിരുന്നു. മകൻ ജോർജ്ജ്‌വർക്കി ഹോസ്റ്റലിൽ താമസിക്കുമ്പോൾ അക്കമ്മ എഴുതിയി

രുന്ന കത്തുകൾ പലതും കവിതാരൂപത്തിലാണ്.

സെന്റ് തെരേസാസ് കോളേജിലെയും ഹോസ്റ്റലിലെയും ജീവിതം അക്കമ്മയ്ക്ക് ആനന്ദകരമായിരുന്നു. സ്കൂൾ ഹോസ്റ്റലിൽനിന്നും വ്യത്യസ്തമായി പെൺകുട്ടികളുടെ മാനസികവും കായികവുമായ ആരോഗ്യത്തിന് കന്യാസ്ത്രീകളായ അദ്ധ്യാപകർ പ്രാധാന്യം കൊടുത്തു. കുട്ടികൾക്കൊപ്പം അദ്ധ്യാപകരും കളികളിൽ ഉൾപ്പെടെ പങ്കെടുത്തു. വിദ്യാസമ്പന്നകളായ സ്ത്രീകളെ വിവാഹം കഴിക്കുവാൻ അക്കാലത്തെ സുറിയാനി ക്രിസ്ത്യാനിയുവാക്കൾ തയ്യാറായിരുന്നില്ല. അതിനാൽ അദ്ധ്യാപകരേറെപ്പേരും ഒന്നുകിൽ കന്യാസ്ത്രീകളോ അല്ലെങ്കിൽ അവിവാഹിതകളോ ആയിരുന്നുവെന്ന് അക്കമ്മ പറയുന്നു. "പുരുഷമേധാവിത്വത്തിന് കോട്ടം തട്ടിയേക്കുമെന്നുള്ള ഭയംകൊണ്ടായിരുന്നിരിക്കണം. സ്ത്രീപുരുഷ സമത്വം അന്നത്തെ സമുദായം അംഗീകരിച്ചിരുന്ന കാര്യമല്ല." (*ജീവിതം ഒരു സമരം*, പുറം 37.) 1931 ൽ അക്കമ്മ ബിരുദപഠനം പൂർത്തിയാക്കി. ശയ്യാവലംബിയായ അച്ഛന്റെ പരിചരണത്തിന് അമ്മയെ സഹായിക്കാനായി അക്കമ്മ കാഞ്ഞിരപ്പള്ളിയിലെ വീട്ടിലേക്കു മടങ്ങി. 1932 മാർച്ച് 27 ന് അക്കമ്മയുടെ പിതാവ് തൊമ്മൻ ചെറിയാൻ അന്തരിച്ചു.

അദ്ധ്യാപനം

1933 ൽ അക്കമ്മ കാഞ്ഞിരപ്പള്ളി സെന്റ് മേരീസ് ഇംഗ്ലീഷ് മിഡിൽ സ്കൂളിൽ ഹെഡ്മിസ്ട്രസായി ചേർന്നു. എല്ലാ യോഗ്യതയും ഉണ്ടായിട്ടും ഈ ജോലി കിട്ടുന്നതിന് അക്കമ്മയ്ക്ക് ചെറിയൊരു സമരം നടത്തേണ്ടിവന്നു. ഹെഡ്മിസ്ട്രസിന്റെ ഒഴിവുണ്ടെന്നറിഞ്ഞ് സ്കൂൾ മാനേജർക്ക് ആദ്യം അക്കമ്മ അപേക്ഷ അയച്ചു. പക്ഷേ, നിയമനം ലഭിച്ചത് എസ് എസ് എൽ സി മാത്രമുള്ള കന്യാസ്ത്രീയാകാൻ പോകുന്ന ഒരു വിദേശവനിതയ്ക്കാണ്. ബി എ ബിരുദമുള്ള നാട്ടുകാരിയായ തന്നെ തഴഞ്ഞത് അക്കമ്മയുടെ ആത്മാഭിമാനത്തെ വ്രണപ്പെടുത്തി. പ്രതിഷേധത്തിന്റെ ഭാഗമായി ഇന്ത്യ, മ്യാൻമർ (ബർമ്മ), ശ്രീലങ്ക (സിലോൺ) എന്നിവിടങ്ങളിൽ നിരവധി കോൺവെന്റ് സ്കൂളുകളിലേക്ക് അക്കമ്മ ജോലിക്കായി അപേക്ഷ അയച്ചു. മ്യാൻമറിലെ അക്യാബ് എന്ന സ്ഥലത്തുനിന്നും ജോലി നല്കിക്കൊണ്ടുള്ള അറിയിപ്പു കിട്ടി. ചെന്നൈയിൽനിന്നും കപ്പലിൽ റംഗൂണിൽ ഇറങ്ങി. അവിടെനിന്നും അക്യാബിലേക്കു പോകണം. പോകാൻതന്നെയായിരുന്നു അക്കമ്മ തീരുമാനിച്ചത്. എന്നാൽ, കുടുംബത്തിന്റെ കാരണവരായ ഡോമിനിക് തൊമ്മൻ അനുവദിച്ചില്ല. സെന്റ് മേരീസിൽ ഹെഡ്മിസ്ട്രസായി ചേർന്ന വിദേശവനിത രാജിവച്ചു പോയതിനാൽ വീണ്ടും അവിടെ ഒഴിവു വന്നിരുന്നു. എന്നാൽ, തന്നെ ഒരിക്കൽ തഴഞ്ഞ മാനേജർക്ക് വീണ്ടും അപേക്ഷ അയക്കാൻ അക്കമ്മ വിസമ്മതിച്ചു. അങ്ങനെ അപേക്ഷയില്ലാതെ തന്നെ മാനേജർ അക്കമ്മയെ ആളയച്ചുവരുത്തി ജോലി കൊടുക്കുകയാണ് ചെയ്തത്. ഇരുപത് രൂപയായിരുന്നു അക്കമ്മയുടെ ആദ്യശമ്പളം.

കുട്ടികളുടെ പ്രിയപ്പെട്ട അദ്ധ്യാപികയായിരുന്നു അക്കമ്മ ചെറിയാൻ. വില്ലുവണ്ടിയിൽ സ്കൂളിലേക്കു വരുന്ന അക്കമ്മയെ കാണാൻ കുട്ടികൾ കാത്തുനിന്നു. കാഞ്ഞിരപ്പള്ളിയിൽ ആദ്യമായി സാരി ഉടുക്കുകയും ചെരുപ്പിടുകയും ചെയ്തത് അക്കമ്മയായിരുന്നു. കർശനമായ ചിട്ടകളുള്ള അക്കമ്മയുടെ നേതൃത്വത്തിൽ സ്കൂൾ പ്രശംസനീയമായ രീതിയിൽ വളർന്നു. കുട്ടികളുടെ സർവ്വതോമുഖമായ പുരോഗതിക്കായി അക്കമ്മ പ്രയത്നിച്ചു. സഹഅദ്ധ്യാപകരുടെ സഹായത്തോടെ പല വികസന പ്രവർത്തനങ്ങളും അക്കമ്മ നടത്തി. അന്ന് മുസ്ലീം പെൺകുട്ടികളെ സ്കൂളിലയച്ചിരുന്നില്ല. അക്കമ്മ അവരുടെ വീടുകളിൽ ചെന്ന് സംസാരിച്ചതിന്റെ ഫലമായി ധാരാളം മുസ്ലീം പെൺകുട്ടികൾ സ്കൂളിൽ ചേർന്നു. പെൺകുട്ടികൾക്ക് കായിക മത്സരങ്ങൾ നടത്തുവാനും അക്കമ്മ മുൻകൈയെടുത്തു.

അക്കമ്മ ഹെഡ്മിസ്ട്രസ് പദം ഏറ്റെടുത്ത വർഷത്തെ സ്കൂൾ വാർഷികം അതീവ ഗംഭീരമായാണ് ആഘോഷിച്ചത്. കലാപരിപാടികളും മത്സരങ്ങളും ആഘോഷം കൊഴുപ്പിച്ചു. പരിപാടിയുടെ അദ്ധ്യക്ഷൻ ഫാദർ ജേക്കബ് വെള്ളരിങ്ങാട്ടും മുഖ്യപ്രഭാഷകൻ വി വി വർക്കിയും ആയിരുന്നു. സ്കൂളിലെ മറ്റൊരു അദ്ധ്യാപികയുടെ ബന്ധുവായിരുന്നു ചിറക്കടവുകാരൻ വർക്കി. ഓണേഴ്സ് പാസായശേഷം നിവർത്തനപ്രക്ഷോഭത്തിന്റെ നേതാവായി പ്രവർത്തിച്ചുവന്ന വി വി വർക്കി അറിയപ്പെടുന്ന വാഗ്മിയായിരുന്നു. അക്കമ്മ അന്നാണ് വർക്കിയെ പരിചയപ്പെടുന്നത്. ഈ പരിചയം പിന്നീട് ഇവരുടെ വിവാഹത്തിനും ഇടയാക്കി.

1934 ൽ തിരുവനന്തപുരം ടീച്ചേഴ്സ് ട്രയിനിങ് കോളേജിൽ ചേർന്ന് അക്കമ്മ എൽ ടി ബിരുദവും നേടി. സ്കൂളിന്റെ പ്രവർത്തനം മെച്ചപ്പെടുത്തുവാൻ ഈ പരിശീലനം സഹായകമായി. ഒരുവർഷത്തെ തിരുവനന്തപുരം ജീവിതം അക്കമ്മയ്ക്ക് പുതിയ ഒരു ലോകം പരിചയപ്പെടുവാൻ സഹായിച്ചു. അക്കമ്മയുടെ സഹോദരി റോസമ്മയും രണ്ടു സഹോദരന്മാരും അന്ന് ലോ കോളേജിൽ പഠിച്ചിരുന്നു. സായാഹ്നങ്ങളിൽ തിരുവനന്തപുരത്തു നടക്കുന്ന പ്രധാന രാഷ്ട്രീയ സാംസ്കാരിക പരിപാടികളിൽ അക്കമ്മയും സഹോദരങ്ങളും പങ്കെടുത്തു. *കൗമുദി* പത്രാധിപർ കെ ബാലകൃഷ്ണന്റെ ഉജ്ജ്വല പ്രഭാഷണങ്ങൾ കേൾക്കുവാൻ അക്കമ്മയും റോസമ്മയും സ്ഥിരമായി ഒന്നാം നിരയിൽ സ്ഥാനം പിടിച്ചിരുന്നു. സ്ത്രീകൾ അക്കാലത്ത് രാഷ്ട്രീയ യോഗങ്ങളിൽ പങ്കെടുക്കുന്നത് തികച്ചും വിരളമായിരുന്നു. രാഷ്ട്രീയ വിഷയങ്ങളിൽ താല്പര്യം ഉണ്ടാകുന്നതിന് തിരുവനന്തപുരം ജീവിതം അക്കമ്മയെ സഹായിച്ചു.

3

രാഷ്ട്രീയത്തിലേക്ക്

കേരള ചരിത്രത്തിലെ സുപ്രധാനമായ ഒരു അദ്ധ്യായമാണ് തിരുവിതാംകൂറിൽ സംയുക്ത രാഷ്ട്രീയസഭയുടെ രൂപീകരണവും തുടർന്നുണ്ടായ നിവർത്തന പ്രക്ഷോഭവവും. 1932 ൽ ശ്രീചിത്തിരതിരുനാൾ ബാലരാമവർമ്മ അധികാരം ഏറ്റെടുത്തു. അദ്ദേഹം കൊണ്ടുവന്ന ഒരു ഭരണപരിഷ്കാരമാണ് തിരുവിതാംകൂറിൽ പിന്നീട് സമരാഗ്നി പടരുവാൻ ഇടയാക്കിയ തീപ്പൊരി പാകിയത്. അതുവരെ ഉണ്ടായിരുന്ന നിയമസഭയ്ക്കു പകരം ദ്വിമണ്ഡല നിയമസഭ കൊണ്ടുവരികയാണ് ചിത്തിരതിരുനാൾ ചെയ്തത്. ശ്രീചിത്തിര സ്റ്റേറ്റ് കൗൺസിലും ശ്രീമൂലം അസംബ്ലിയും ആണ് ഈ രണ്ടു മണ്ഡലങ്ങൾ. അന്നു തിരുവിതാംകൂറിലെ പ്രധാന സമുദായങ്ങളായ ക്രിസ്ത്യാനികൾ, മുസ്ലീങ്ങൾ, ഈഴവർ എന്നിവർക്ക് ഈ ഭരണപരിഷ്കാരത്തോട് യോജിക്കുവാൻ കഴിഞ്ഞില്ല. നിലവിലുള്ള വ്യവസ്ഥയനുസരിച്ച് ജനസംഖ്യാനുപാതികമായി പ്രാതിനിധ്യം ലഭിക്കില്ലെന്നിവർ മനസ്സിലാക്കി. അങ്ങനെ ഈ മൂന്നു സമുദായങ്ങളും കൂടി സംഘടിച്ച് സംയുക്ത രാഷ്ട്രീയ സമ്മേളനത്തിന് രൂപം നല്കി. ജനസംഖ്യാനുപാതികമായി നിയമസഭയിലും ഉദ്യോഗരംഗത്തും സീറ്റുവേണമെന്നതായിരുന്നു സംയുക്ത രാഷ്ട്രീയ സമ്മേളനത്തിന്റെ മുഖ്യ ആവശ്യം. തെരഞ്ഞെടുപ്പിൽനിന്നും പൂർണ്ണമായി വിട്ടുനില്ക്കുവാനും ഇവർ തീരുമാനിച്ചു. ഭൂനികുതിമാത്രം അടിസ്ഥാനമാക്കി വോട്ടവകാശം നിർണ്ണയിക്കുന്ന രീതിമൂലം ഭൂവുടമകളായ നായന്മാർക്കും ബ്രാഹ്മണർക്കും മാത്രമേ നിയമസഭയിൽ എത്താനാകൂ എന്ന അവസ്ഥ വന്നു. പ്രതിഷേധത്തിനുള്ള മുഖ്യകാരണം ഇതായിരുന്നു. ഉത്തരവാദഭരണത്തിനായി ആഗ്രഹിച്ചിരുന്ന ജനങ്ങൾക്ക് കടുത്ത നിരാശ ഉളവാക്കിയ ഈ പരിഷ്കാരം വലിയ പ്രതിഷേധത്തിനിടയാക്കി. അതാണ് നിവർത്തനപ്രക്ഷോഭത്തിന്

ഇടയാക്കിയത്. 1935 മെയ് 11 ന് സംയുക്ത രാഷ്ട്രീയ കോൺഫറൻസ് നേതാവായ സി കേശവൻ കോഴഞ്ചേരിയിൽ ചെയ്ത പ്രസംഗം അധികാരികളെ അമർഷം കൊള്ളിച്ചു. മഹാരാജാവിന്റെ മുഖ്യ രാഷ്ട്രീയ ഉപദേശകനായിരുന്ന സർ സി പി രാമസ്വാമി അയ്യരെ സി കേശവൻ കഠിനമായ ഭാഷയിലാണ് വിമർശിച്ചത്. പ്രകോപിതരായ അധികാരികൾ രാജ്യദ്രോഹകുറ്റം ചുമത്തി സി കേശവനെ 1935 ജൂൺ 7 ന് അറസ്റ്റു ചെയ്തു. കോടതി രണ്ടു വർഷത്തെ തടവും 500 രൂപ പിഴയും വിധിച്ചു. സംയുക്ത രാഷ്ട്രീയ കോൺഫറൻസിനെ അവഗണിക്കുവാൻ സർക്കാരിനു കഴിയുമായിരുന്നില്ല. പല ആവശ്യങ്ങളും അംഗീകരിക്കുവാൻ അവർ നിർബ്ബന്ധിതരായി. സർ സി പി ദില്ലി വൈസ്രോയിയുടെ കൗൺസിലംഗമായി പോയപ്പോൾ സർ ഹബീബുള്ള ദിവാൻപദവിയിൽ അവരോധിക്കപ്പെട്ടു. 1936 ൽ സംയുക്ത രാഷ്ട്രീയ കോൺഫറൻസിന്റെ ആവശ്യങ്ങൾ അംഗീകരിക്കുന്ന നിയമസഭാ പരിഷ്കാരത്തിന് സർ ഹബീബുള്ള തയ്യാറായി. 1934 മുതൽ തിരുവിതാംകൂറിൽ ദിവാനായിരുന്ന ഹബീബുള്ള 1936 ഒക്ടോബർ 1 നാണ് ഉദ്യോഗത്തിൽനിന്നും പിരിഞ്ഞത്. അതോടെ സർ സി പി രാമസ്വാമി അയ്യർ ദില്ലിയിൽനിന്നും മടങ്ങി വന്ന് തിരുവിതാംകൂറിന്റെ ദിവാൻപദവി ഏറ്റെടുത്തു. 1937 ലെ തിരഞ്ഞെടുപ്പ് സംയുക്ത രാഷ്ട്രീയ കോൺഫറൻസിന് അനുകൂലമായി. ടി എം വർഗ്ഗീസ് നിയമസഭാ ഉപാദ്ധ്യക്ഷനായി തെരഞ്ഞെടുക്കപ്പെട്ടു. 1938 ൽ തിരുവിതാംകൂർ സ്റ്റേറ്റ് കോൺഗ്രസ് രൂപീകരിച്ചപ്പോൾ സംയുക്തരാഷ്ട്രീയ കോൺഫറൻസ് അതിൽ ലയിച്ചു. സി കേശവൻ ജയിൽമോചിതനായപ്പോൾ ആലപ്പുഴ കിടങ്ങാംപറമ്പ് മൈതാനിയിൽ വച്ച് ഒരു ഗംഭീര സ്വീകരണം നല്കി. തിരുവിതാംകൂറിലെ 51 ലക്ഷം ജനങ്ങളുടെ പ്രതിനിധിയായി താൻ സി കേശവനെ സ്വാഗതം ചെയ്യുന്നുവെന്ന് ടി എം വർഗ്ഗീസ് പ്രസംഗിച്ചത് സർ സി പി യെ ചൊടിപ്പിച്ചു. ടി എം വർഗ്ഗീസിനെതിരെ അവിശ്വാസ പ്രമേയം കൊണ്ടുവരുകയും വർഗ്ഗീസ് ഉപാദ്ധ്യക്ഷപദവി രാജിവയ്ക്കുകയുംചെയ്തു.

ജാതിയുടെയും മതത്തിന്റെയും പേരിൽ മാത്രം നടക്കുന്ന പ്രതിഷേധങ്ങൾകൊണ്ടു കാര്യമില്ലെന്നും ജനങ്ങളുടെ മൗലികപ്രശ്നങ്ങൾക്കു പരിഹാരം കാണാൻ ഉത്തരവാദഭരണമാണ് ആവശ്യമെന്നും കൂടുതൽ ബോദ്ധ്യപ്പെട്ടുതുടങ്ങി. ടി എം വർഗ്ഗീസ് തന്റെ ചരിത്രപ്രസിദ്ധമായ ഉത്തരവാദ പ്രമേയം 1938 ഫെബ്രുവരി 2 ന് നിയമസഭയിൽ അവതരിപ്പിച്ചതും പട്ടം താണുപിള്ള ആ പ്രമേയത്തെ പിന്താങ്ങിയതും ഈ സാഹചര്യത്തിലാണ് തന്റെ നിലപാട് വ്യക്തമാക്കുവാൻ ലഭിച്ച അവസരം എന്ന നിലയിൽ സർ സി പി ഉത്തരവാദഭരണ പ്രമേയം അവതരിപ്പിക്കുവാൻ അനുമതി കൊടുക്കുകയായിരുന്നു. അതിനുള്ള മറുപടിയിൽ ഉത്തരവാദഭരണം അസാദ്ധ്യമാണെന്ന് സർ സി പി വ്യക്തമാക്കി. സി പി യുടെ പ്രസംഗം ഇന്ത്യയിലൊട്ടാകെ മാത്രമല്ല ബ്രിട്ടീഷ് പാർലമെന്റിലും ചർച്ച ചെയ്യപ്പെട്ടു. സുദീർഘമായ ചർച്ചകളും പ്രമേയത്തിന്മേൽ നടന്നെങ്കിലും

വോട്ടിനിട്ടില്ല. പ്രമേയവും അതുസംബന്ധിച്ചു നടന്ന ചർച്ചകളും ജനങ്ങളിൽ ദേശാഭിമാനം ഉയർത്തുവാൻ സഹായിച്ചു.

കേരളത്തിൽ സോഷ്യലിസ്റ്റു ചിന്താഗതി പ്രബലമായ കാലഘട്ടം കൂടിയാണിത്. 1933 ൽ എൻ പി കുരിക്കളുടെ നേതൃത്വത്തിൽ തിരുവനന്തപുരത്ത് കമ്യൂണിസ്റ്റുലീഗ് രൂപം കൊണ്ടു. 1935 ൽ കോൺഗ്രസ് സോഷ്യലിസ്റ്റു പാർട്ടിയുടെ മുഖപത്രമായ *പ്രഭാതം* പ്രസിദ്ധീകരണം ആരംഭിച്ചു. 1937 ൽ കണ്ണൂരിലെ പിണറായിയിൽവച്ച് പി കൃഷ്ണപിള്ള സെക്രട്ടറിയും ഇ എം എസ് നമ്പൂതിരിപ്പാട്, കെ ദാമോദരൻ, എൻ സി ശേഖർ എന്നിവർ അംഗങ്ങളായി പ്രഥമ കമ്യൂണിസ്റ്റു പാർട്ടി ഘടകം നിലവിൽ വന്നു. 1917 ൽ റഷ്യയിൽ നടന്ന ഒക്ടോബർ വിപ്ലവത്തിന്റെ അനുരണനങ്ങൾ ഇന്ത്യയിലും കേരളത്തിലും ചലനങ്ങൾ സൃഷ്ടിച്ചു. കൃഷിക്കാരും തൊഴിലാളികളും യുവാക്കളും അവകാശബോധത്തിലേക്ക് നടന്നടുക്കുകയായിരുന്നു. ദേശാഭിമാനവും സ്വാതന്ത്ര്യവാഞ്ഛയും ജനങ്ങളുടെയുള്ളിൽ നീറിപ്പിടിച്ചു തുടങ്ങി. 1936 ൽ സർ സി പി ദിവാൻ പദത്തിലെത്തി. ഏറെ വൈകാതെ ക്ഷേത്രപ്രവേശനവിളംബരം നടത്തിയതിന്റെ രാഷ്ട്രീയ സാമൂഹ്യ പശ്ചാത്തലവും ഇതുതന്നെയാണ്. ക്ഷേത്രങ്ങളിലോ അവയ്ക്കു ചുറ്റുമുള്ള വഴികളിലോ ഈഴവരുൾപ്പെടെയുള്ള അവർണ്ണ വിഭാഗങ്ങൾക്ക് അതുവരെ പ്രവേശനം ഉണ്ടായിരുന്നില്ല. ബുദ്ധിമാനും സമർത്ഥനുമായ ഭരണാധികാരിയുമായിരുന്ന സർ സി പി യുടെ നീക്കത്തിനു പിന്നിൽ കൃത്യമായ കാരണങ്ങൾ ഉണ്ടായിരുന്നു. ക്ഷേത്രപ്രവേശനവിളംബരത്തെ സ്വാഗതം ചെയ്യുമ്പോഴും സർ സി പി യുടെ ജനാധിപത്യ വിരുദ്ധ നടപടികളിൽ പ്രതിഷേധം ശക്തമാകുകതന്നെ ചെയ്തു. ഇന്ത്യൻ നാഷണൽ കോൺഗ്രസിന്റെ ശാഖ 1938 ൽ ചങ്ങനാശ്ശേരി പരമേശ്വരൻപിള്ള പ്രസിഡന്റും ജി രാമചന്ദ്രൻ സെക്രട്ടറിയുമായി തിരുവനന്തപുരത്തു രൂപീകൃതമായി. ഉത്തരവാദഭരണപ്രമേയം പാസാക്കുന്ന സംസ്ഥാന രാഷ്ട്രീയ സമ്മേളനവും തുടർന്ന് നടന്നു. ഉത്തരവാദഭരണത്തിനായുള്ള പ്രവർത്തനങ്ങൾ തിരുവിതാംകൂറിൽ ക്രമേണ ശക്തി പ്രാപിച്ചു തുടങ്ങിയത് സർ സി പി യെ അസ്വസ്ഥനാക്കി. ഉത്തരവാദഭരണത്തിനു പിന്തുണ നല്കുന്ന പത്രങ്ങൾക്കും പത്രാധിപന്മാർക്കും എതിരെയും സർ സി പി നടപടികൾ ആരംഭിച്ചു. 1938 ലെ ഹരിപുര എ ഐ സി സി സമ്മേളനം നാട്ടുരാജ്യങ്ങളിൽ സ്റ്റേറ്റ് കോൺഗ്രസ് അഥവാ പ്രജാമണ്ഡലം രൂപീകരിക്കുന്നതിന് ആഹ്വാനം നല്കി. തുടർന്ന് 1938 ഫെബ്രുവരി 23 ന് തിരുവനന്തപുരത്തെ പുളിമൂട്ടിലുള്ള രാഷ്ട്രീയ ഹോട്ടലിൽ നടന്ന യോഗത്തിൽ വച്ച് സ്റ്റേറ്റ് കോൺഗ്രസ് നിലവിൽ വന്നു. ഉത്തരവാദഭരണപ്രക്ഷോഭം ശക്തമായി മുന്നോട്ടുകൊണ്ടുപോകുന്നതിന് വേണ്ട നടപടികളിലേക്കുടൻ തന്നെ സ്റ്റേറ്റ് കോൺഗ്രസ് കടന്നു. സർ സി പി ആദ്യം മുതൽതന്നെ കോൺഗ്രസിന്റെ പ്രവർത്തനങ്ങൾ നിരോധിക്കുകയും അടിച്ചമർത്തുകയും ചെയ്തു.

കോൺഗ്രസ് നേതാക്കന്മാരെ ശാരീരികമായി ആക്രമിക്കുകവരെ

ഉണ്ടായി. അന്ന് കോൺഗ്രസിന്റെ നേതൃനിരയിലുണ്ടായിരുന്ന ഏക വനിതയായ ആനിമസ്ക്രീന്റെ വീട്ടിൽ നടന്ന കവർച്ചയും ആസൂത്രിതമായിരുന്നുവെന്ന് സ്റ്റേറ്റ് കോൺഗ്രസിന് ഉറപ്പായിരുന്നു.

1938 ആഗസ്ത് 26 ന് പ്രത്യക്ഷസമരം ആരംഭിക്കുവാൻ സ്റ്റേറ്റ് കോൺഗ്രസ് തീരുമാനിച്ചു. സമരം പ്രഖ്യാപിച്ചതോടെ സ്റ്റേറ്റ് കോൺഗ്രസിനെ നിയമവിരുദ്ധ സംഘടനയായി സർക്കാർ പ്രഖ്യാപിച്ചു. സംഘടനയുടെ വസ്തുവകകൾ കണ്ടുകെട്ടുവാനും നേതാക്കളെ വാറണ്ടു കൂടാതെ അറസ്റ്റു ചെയ്യുവാനും അനുമതി നല്കുന്ന രാജകീയ വിളംബരം സർ സി പി പുറപ്പെടുവിച്ചു.

1114 ലെ (മലയാളവർഷം) ഒന്നാം റഗുലേഷൻ എന്നറിയപ്പെടുന്ന ഈ വിളംബരത്തോടെ തിരുവനന്തപുരം വാൻറോസ് ജങ്ഷനിലെ കോൺഗ്രസ് ഓഫീസ് പൊലീസ് പിടിച്ചെടുത്തു. പല പാർട്ടി രേഖകളും കത്തിച്ചുകളഞ്ഞു. ഓഫീസിന്റെ ചുമതലയുണ്ടായിരുന്ന എം എം വർക്കി പാർട്ടി തീരുമാനപ്രകാരം എറണാകുളത്തേക്കു രഹസ്യമായി കടന്നു. എറണാകുളം തിരുവിതാംകൂറിനു പുറത്തായതിനാൽ സി പി യുടെ പൊലീസിനവിടെ എത്തുവാൻ അനുവാദമുണ്ടായിരുന്നില്ല എന്നതാണ് കാരണം. പിന്നീട് സ്റ്റേറ്റ് കോൺഗ്രസ് ആസ്ഥാനം എറണാകുളമായിരുന്നു.

രാജവിളംബരത്തേയും നിരോധനാജ്ഞയേയും ലംഘിച്ചുകൊണ്ട് സമരം തുടരുവാൻ സ്റ്റേറ്റ് കോൺഗ്രസ് തീരുമാനിച്ചു. അതിനായി പ്രവർത്തകസമിതി പിരിച്ചുവിട്ട് സമരസമിതി രൂപീകരിച്ചു. പ്രസിഡന്റിന് സർവ്വാധിപതിയുടെ അധികാരം നല്കി. പിൻഗാമിയെ നിശ്ചയിക്കുവാനുള്ള അവകാശവും സർവ്വാധിപതിക്കായിരുന്നു. നിരോധനാജ്ഞ ലംഘിച്ച് അറസ്റ്റു വരിക്കുവാൻ സ്റ്റേറ്റ് കോൺഗ്രസും സമരം നേരിടുവാൻ സർക്കാരും സജ്ജരായി.

തിരുവനന്തപുരത്തു ശംഖുമുഖത്താണ് യോഗം നടത്തുവാൻ തീരുമാനിച്ചിരുന്നത്. 1938 ആഗസ്ത് 26 ന് തിരുവനന്തപുരം നഗരം പട്ടാളഭരണത്തിൻ കീഴിലെന്ന മട്ടിലായി. റിസർവ്വ് പൊലീസുമായി ലോറികൾ തലങ്ങും വിലങ്ങും പാഞ്ഞു. കുതിരപ്പൊലീസ് ഇടറോഡുകളിലുൾപ്പെടെ റോന്തു ചുറ്റി. ബയണറ്റ് ഘടിപ്പിച്ച തോക്കുമായി പൊലീസുകാർ നഗരത്തിൽ നിറഞ്ഞു. ഈ ഭീകരാന്തരീക്ഷത്തിലും ശംഖുമുഖം കടപ്പുറം ജനങ്ങളെക്കൊണ്ടു നിറഞ്ഞു. കൃത്യം 4 മണിക്ക് യോഗം ആരംഭിച്ചു. പ്രസിഡന്റ് പട്ടം താണുപിള്ളയാണ് ആദ്യം പ്രസംഗിച്ചത്. ഉത്തരവാദഭരണംവരെ സമരം തുടരുമെന്ന് പട്ടം താണുപിള്ള പ്രസംഗിച്ചതോടെ പൊലീസ് അദ്ദേഹത്തെ അറസ്റ്റു ചെയ്തു. തുടർന്നു സംസാരിച്ച ടി എം വർഗ്ഗീസും അറസ്റ്റിലായി. അതോടെ ഉത്തരവാദഭരണ പ്രക്ഷോഭം കരുത്താർജ്ജിച്ചു. തിരുവിതാംകൂറിലാകെ അറസ്റ്റും വെടിവെപ്പും നടന്നു. ഒരു സർവ്വാധിപതി അറസ്റ്റിലാകുമ്പോൾതന്നെ മറ്റൊരാൾ ആ സ്ഥാനം എടുത്തുകൊണ്ടാണ് പ്രക്ഷോഭത്തെ മുന്നോട്ടുനയിച്ചത്. പട്ടം താണുപി

ള്ളയ്ക്കുശേഷം സ്വദേശാഭിമാനി രാമകൃഷ്ണപിള്ളയുടെ സഹോദരൻ കൂടിയായ പത്മനാഭപിള്ള സർവ്വാധിപതിയായി. പത്മനാഭപിള്ളയെ വീട്ടിൽനിന്നും അറസ്റ്റു ചെയ്തതിൽ പ്രതിഷേധിച്ചു നടന്ന പ്രകടനത്തിനു നേരെ ജനറൽ വാട്കിസ് നടത്തിയ വെടിവെപ്പിൽ നെയ്യാറ്റിൻകര രാഘവൻ എന്ന യുവാവ് കൊല്ലപ്പെട്ടു. തിരുവിതാംകൂറിലെ സ്വാതന്ത്ര്യ സമരത്തിലെ ആദ്യരക്തസാക്ഷിയാണ് നെയ്യാറ്റിൻകര രാഘവൻ. ആ വെടിവെപ്പിൽ ആകെ ഏഴുപേരാണ് മരിച്ചത്. സെപ്തംബർ 2 ന് കൊല്ലത്ത് തോക്കുമൈതാനത്തു നടന്ന വെടിവെപ്പിലും ഏഴുപേർ മരിക്കുകയും നിരവധിപേർക്ക് പരിക്കേല്ക്കുകയും ചെയ്തു. നെയ്യാറ്റിൻകര ആർ വാസുദേവൻപിള്ളയായിരുന്നു മൂന്നാമത്തെ സർവ്വാധിപതി. സമരത്തെ അനുകൂലിച്ചുകൊണ്ടും ഉൽക്കണ്ഠപ്പെട്ടുകൊണ്ടും ഗാന്ധിജി ഇത്തരുണത്തിൽ നടത്തിയ ഇടപെടൽ സമരത്തിന് വീര്യം പകർന്നു. സമരത്തെ പിന്തുണച്ച *മലയാള മനോരമ* പത്രം 1938 സെപ്തംബർ 16 ന് സർ സി പിയുടെ സർക്കാർ പൂട്ടി മുദ്രവച്ചു. തിരുവിതാംകൂറിലെ സ്വാതന്ത്ര്യസമരത്തിന് പിന്തുണയുമായി നിരവധി ഭാഗങ്ങളിൽനിന്നും ജാഥകൾ എത്തിത്തുടങ്ങി. മലബാറിൽനിന്നും എ കെ ഗോപാലന്റെ നേതൃത്വത്തിൽ വന്ന ജാഥ ഇവയിൽ പ്രധാനപ്പെട്ടതായിരുന്നു. മദ്രാസ് തൃശ്ശിനാപ്പള്ളി, മധുര, തിരുനെൽവേലി എന്നിവിടങ്ങളിൽനിന്നും ഉൾപ്പെടെ ജാഥകൾ വന്നിരുന്നു. മധുരയിൽനിന്നും വന്ന ജാഥയുടെ ക്യാപ്റ്റൻ ശിവരാജ പാണ്ഡ്യൻ ലോക്കപ്പിൽവച്ചു മരിച്ചത് പൊലീസ് പീഡനത്തിലാണെന്നു ജനങ്ങൾ വിശ്വസിച്ചു. കടുത്ത പ്രതിഷേധമാണീ സംഭവം ഉയർത്തിയത്. ചരിത്രപ്രസിദ്ധമായ കല്ലറ-പാങ്ങോട് സമരവും അടിച്ചമർത്തുവാൻ പൊലീസ് വെടിവെപ്പ് നടത്തി. സർവ്വാധിപതിയായിരുന്ന വാസുദേവൻപിള്ള സമരത്തിൽനിന്നും പിന്മാറിയെങ്കിലും പ്രക്ഷോഭത്തിന്റെ ശക്തിക്ക് യാതൊരുവിധ ഇടിവും ഉണ്ടായില്ല. പിന്നീട് തലയോലപ്പറമ്പിൽ അഭിഭാഷകനായിരുന്ന ആനാപ്പറമ്പിൽ എ ജെ ജോൺ സർവ്വാധിപതിയായി സമരം തുടർന്നു അടുത്തതായി ആദ്യത്തെ വനിതാ സർവ്വാധിപതിയായി എലിസബത്ത് കുരുവിള അധികാരം ഏറ്റെടുത്തു. തൃശൂർ മുതൽ വമ്പിച്ച സ്വീകരണം ഏറ്റുവാങ്ങി സെപ്തംബർ 28 ന് തിരുവനന്തപുരം റെയിൽവേ സ്റ്റേഷനിൽ എത്തിയതോടെ അവരും അറസ്റ്റിലായി. തിരുവിതാംകൂർ സ്വാതന്ത്ര്യസമരത്തിൽ ആദ്യമായി അറസ്റ്റുവരിക്കുന്ന സ്ത്രീ എന്ന ബഹുമതി എലിസബത്ത് കുരുവിളയ്ക്ക് അവകാശപ്പെട്ടതാണ്. പിന്നീട് യഥാക്രമം അഡ്വക്കേറ്റ് പി കെ കുമാരൻ, എൻ പി ചാക്കോ, മിസിസ് പന്തളം കെ പി രാമൻപിള്ള, കടയ്ക്കാവൂർ എൻ കുഞ്ഞിരാമൻ, എൻ പി ഫിലിപ്പോസ് മുതലാളി എന്നിവരും സർവ്വാധിപതികളായി. പതിനൊന്നാമത്തെ സർവ്വാധിപതിയാണ് കുട്ടനാട്ട് കെ രാമകൃഷ്ണപിള്ള ചുമതല ഏറ്റെടുത്തത്. നിയമലംഘന സമരത്തെ നിയമനിഷേധമാക്കുന്നതിനുള്ള ഉത്തരവാദിത്വമാണ് രാമകൃഷ്ണപിള്ളയ്ക്കുണ്ടായിരുന്നത്. പമ്പയാറിന്റെ തീരത്ത് യൂണിറ്റുകൾ ഉണ്ടാക്കി നിയമലംഘനം നടത്തി

വന്ന രാമകൃഷ്ണപിള്ള വള്ളത്തിൽ പുളിങ്കുന്ന് പള്ളിക്കടവിൽ വന്നിറങ്ങിയത് ആയിരക്കണക്കിന് വള്ളങ്ങളുടെ അകമ്പടിയോടെയാണ്. കരയ്ക്കിറങ്ങിയശേഷംമാത്രമേ കുട്ടനാട്ട് രാമകൃഷ്ണപിള്ളയെ അറസ്റ്റു ചെയ്യുവാൻ പൊലീസിനായുള്ളൂ. കാഞ്ഞിരപ്പള്ളിയിലെ സ്കൂൾ ഹെഡ്മിസ്ട്രസായിരുന്ന 29 കാരിയായ അക്കമ്മ ചെറിയാനെ സർവ്വാധിപതിയായി പ്രഖ്യാപിച്ചശേഷമാണ് രാമകൃഷ്ണപിള്ള അറസ്റ്റു വരിച്ചത്.

4

അക്കമ്മചെറിയാന്റെ രംഗപ്രവേശം

തിരുവിതാംകൂർ രാഷ്ട്രീയം കത്തിജ്ജ്വലിക്കുന്ന അവസ്ഥയിലായി. സ്ഫോടനാത്മകമായ അന്തരീക്ഷത്തിൽ എന്തും സംഭവിക്കുന്ന സ്ഥിതി. പതിനൊന്നു സർവ്വാധിപതികൾ അറസ്റ്റിലായിക്കഴിഞ്ഞു. ആഞ്ഞു വീശുന്ന പ്രക്ഷോഭ കൊടുങ്കാറ്റിന്റെ അലയൊലികൾ കാഞ്ഞിരപ്പള്ളിയിലും എത്തിയിരുന്നു. രാജ്യസ്നേഹികളും പുരോഗമനവാദികളുമായ കരിപ്പാപ്പറമ്പിലെ കുടുംബാംഗങ്ങൾ സ്വാഭാവികമായി സമരത്തിൽ പങ്കുചേർന്നു. സർ സി പിയുടെ മർദ്ദകഭരണത്തിനെതിരെ അക്കമ്മ ചെറിയാനും കടുത്ത പ്രതിഷേധം ഉണ്ടായിരുന്നു. സെപ്തംബർ 6 ന് കാഞ്ഞിരപ്പള്ളിയിൽ നടന്ന നിയമലംഘനത്തിൽ നിരവധി യുവാക്കൾ ഉൾപ്പെടെ പങ്കെടുത്തു. അക്കമ്മ ഉൾപ്പെടെയുള്ള നിരവധി സ്ത്രീകൾ ഫണ്ടു പിരിവിനും പ്രചരണപ്രവർത്തനങ്ങൾക്കും തയ്യാറായി. എല്ലാ ഞായറാഴ്ചകളിലും ചുറ്റിനുമുള്ള പ്രദേശങ്ങളിൽനിന്നും ഉൾപ്പെടെ ആയിരക്കണക്കിനു ജനങ്ങൾ കാഞ്ഞിരപ്പള്ളി ചന്തമൈതാനത്തു വന്ന് പൊതുയോഗത്തിൽ പങ്കെടുത്തു. രണ്ടുപേർ വീതം അറസ്റ്റു വരിക്കുകയുംചെയ്തു. അക്കമ്മയ്ക്കു പറമെ മറിയാമ്മ ആനിക്കൽ, റോസമ്മ മാത്യു പാവൂരിക്കൽ തുടങ്ങിയ സ്ത്രീകളും സ്വാതന്ത്ര്യസമരത്തിൽ അന്ന് സജീവമായി പങ്കെടുത്തിരുന്നവരാണ്. കാഞ്ഞിരപ്പള്ളിയിലെ ഈ മുന്നേറ്റം നേതൃത്വം ശ്രദ്ധിച്ചിരുന്നു. നിയമലംഘന സമരത്തിനു പുറമേ ശ്രീചിത്തിര തിരുനാളിന്റെ ജന്മദിനത്തിൽ കൊട്ടാരത്തിലേക്കു മാർച്ചു നടത്തി നിവേദനം രാജാവിനു നേരിട്ടു സമർപ്പിക്കണമെന്ന് സ്റ്റേറ്റ് കോൺഗ്രസ് തീരുമാനിച്ചിരുന്നു. ഈ കൊട്ടാര മാർച്ചിന് നേതൃത്വം നല്കുവാൻ കഴിയുന്ന സർവ്വാധിപതിയെയാണ് സ്റ്റേറ്റ് കോൺഗ്രസ് അന്വേഷിച്ചുകൊണ്ടിരുന്നത്. എറണാകുളം ക്യാമ്പിൽ എം എം വർക്കിക്കൊപ്പം ഉണ്ടായിരുന്ന രണ്ടു പ്രമുഖനേതാക്കന്മാരായിരുന്നു പി കൃഷ്ണപിള്ളയും കെ സി ജോർജ്ജും.

(ഇരുവരും പിന്നീട് കമ്യൂണിസ്റ്റു പാർട്ടി നേതാക്കളായി.) കണക്കു സൂക്ഷിക്കുന്ന ചുമതല കെ സി ജോർജ്ജിനും വിവരശേഖരണത്തിന്റേത് പി കൃഷ്ണപിള്ളയ്ക്കും ആയിരുന്നു. സർവ്വാധിപതിയാകുവാൻ യോഗ്യതയുള്ളവരുടെ വിവരങ്ങൾ കൃഷ്ണപിള്ള ശേഖരിച്ചിരുന്നു. അങ്ങനെ അക്കമ്മ ചെറിയാനെക്കുറിച്ചുള്ള വിവരങ്ങൾ എം എം വർക്കിക്കെത്തിച്ചു കൊടുത്തത് കൃഷ്ണപിള്ളയാണ്. കാഞ്ഞിരപ്പള്ളിക്കാരനായ വി വി വർക്കി എറണാകുളത്തെത്തിയപ്പോൾ അക്കമ്മയെ നേരിൽ കണ്ട് വിവരം പറയുവാനുള്ള ഉത്തരവാദിത്വം എം എം വർക്കി അദ്ദേഹത്തെ ഏല്പിച്ചു. അക്കമ്മ ചെറിയാൻ പഠിപ്പിച്ചിരുന്ന കാഞ്ഞിരപ്പള്ളി സെന്റ് മേരീസ് സ്കൂളിലെ വാർഷികത്തിന് ഉജ്ജ്വല വാഗ്മികൂടിയായ വി വി വർക്കി പങ്കെടുത്തിരുന്നതിനാൽ ഇരുവരും തമ്മിൽ പരിചയം ഉണ്ടായിരുന്നു. സ്റ്റേറ്റ് കോൺഗ്രസിന്റെ കാഞ്ഞിരപ്പള്ളിയിലെ മുൻനിര നേതാക്കളിൽ ഒരാൾ ആയിരുന്നു വി വി വർക്കി. അദ്ദേഹം പിന്നീട് അക്കമ്മയുടെ ജീവിത പങ്കാളിയായിത്തീർന്നു. പാർട്ടി തന്നെ ഏല്പിച്ച ദൗത്യം അദ്ദേഹം കൃത്യമായി നിർവ്വഹിച്ചു. സ്കൂളിൽ അവധി എഴുതിക്കൊടുത്ത് അതീവ രഹസ്യമായി അക്കമ്മ ചരിത്രദൗത്യം ഏറ്റെടുക്കുന്നതിന് പുറപ്പെട്ടു. സർ സി പി യുടെ ചാരന്മാരുടെ ചെവിയിൽ വിവരം എത്തിയാൽ അപ്പോൾത്തന്നെ അക്കമ്മ അറസ്റ്റു ചെയ്യപ്പെടും എന്നുറപ്പാണ്. മാത്രമല്ല, മറ്റു സർവ്വാധിപതികളിൽനിന്നും വ്യത്യസ്തമായി അതീവ സാഹസികമായ ഒരു ദൗത്യമാണ് അക്കമ്മ ഏറ്റെടുത്തിരിക്കുന്നത്. തികച്ചും യാഥാസ്ഥിതികമായിരുന്ന കാഞ്ഞിരപ്പള്ളി എന്ന ഗ്രാമത്തിൽനിന്നും രണ്ടു യുവതികൾ രാഷ്ട്രീയ പ്രവർത്തനത്തിനായി പോവുകയെന്നത് അന്ന് സാധാരണ ജനങ്ങൾക്കു ചിന്തിക്കുവാൻ കഴിയുന്നതിനപ്പുറത്താണ്. സ്കൂൾ ഹെഡ്മിസ്ട്രസ് എന്ന ബഹുമാന്യമായ തൊഴിൽ ചെയ്യുന്ന ഒരു ക്രിസ്ത്യൻ യുവതി മഹാരാജാവിനെതിരെ പടപ്പുറപ്പാട് നടത്തുകയെന്നത് കൂടുതൽ ഗുരുതരമായ കുറ്റമാണ്. എന്നാൽ സമൂഹം എന്തു കരുതുമെന്ന യാതൊരു ആശങ്കയുമില്ലാതെയാണ് അക്കമ്മയും റോസമ്മയും വീട്ടിൽനിന്നും ഇറങ്ങിയത്. ഇവരുടെ അമ്മയുടെ പൂർണ്ണമായ ആശീർവ്വാദം ഉണ്ടായിരുന്നു എന്നതാണ് ഏറെ ശ്രദ്ധേയം. പെൺമക്കളെ കുരുതികൊടുത്ത സ്ത്രീയായിപ്പോലും അന്ന് ചിലർ അമ്മയെ അധിക്ഷേപിച്ചുവെന്ന് അക്കമ്മ ചെറിയാൻ തന്റെ ആത്മകഥയിൽ പറയുന്നുണ്ട്. അമ്മയുടെ ധീരമായ പിന്തുണ ഉണ്ടായിരുന്നില്ലെങ്കിൽ തനിക്കു പിടിച്ചു നില്ക്കാൻ കഴിയുമായിരുന്നില്ലായെന്നും അക്കമ്മ ഓർക്കുന്നു. സ്വാതന്ത്ര്യസമരസേനാനിക്കുള്ള താമ്രപത്രം ലഭിച്ചപ്പോൾ അക്കമ്മയുടെ അമ്മയുടെ പ്രതികരണം ഇങ്ങനെയായിരുന്നു:

"എന്താടീ മോളേ, അമ്മച്ചിക്കു താമ്രപത്രവും ഒന്നുമില്ലേ? എനിക്കുള്ള രണ്ടു പെൺമക്കളെ സ്വാതന്ത്ര്യ സമരത്തിനു കൊടുത്തിട്ട് എനിക്ക് അംഗീകാരം ഒന്നുമില്ലേ?"

അമ്മ ഇതു പറഞ്ഞത് തമാശയായിട്ടാണെങ്കിലും തിളച്ചു മറിയുന്ന

രാഷ്ട്രീയത്തിലേക്ക് പെൺമക്കളെ അന്നയച്ചത് അസാമാന്യ ധീരത തന്നെയാണ്. കാരണം സർ സി പി ക്കും മഹാരാജാവിനുമെതിരെ പടനയിക്കുക എന്നു പറഞ്ഞാൽ അതിനർത്ഥം തിരിച്ചു വരാൻ സാദ്ധ്യത ഇല്ലെന്നുതന്നെയാണ്. തിരുവിതാംകൂറിലാകെ വെടിവെപ്പും പൊലീസ് അതിക്രമങ്ങളും അറസ്റ്റും നടക്കുന്ന കാലഘട്ടമായിരുന്നു. സർ സി പിയുടെ പൊലീസും പട്ടാളവും ജനകീയ സമരങ്ങളെ അതീവ ക്രൂരമായിട്ടാണ് നേരിട്ടിരുന്നത്. അക്കമ്മ ചെറിയാനാകട്ടെ തന്റെ മുൻഗാമികളായ സർവ്വാധിപതികൾ ഏറ്റെടുത്തതിനേക്കാൾ അപകടകരമായ ഉത്തരവാദിത്വം ആണ് നിർവ്വഹിക്കേണ്ടിയിരുന്നത്. എറണാകുളത്ത് എത്തിയ ഉടൻതന്നെ സ്കൂൾ മാനേജുമെന്റിന് അക്കമ്മ ചെറിയാൻ കമ്പിയടിച്ചു. തന്റെ രാഷ്ട്രീയ പ്രവർത്തനംമൂലം സ്കൂളിന്റെ നടത്തിപ്പിനു ദോഷം ഉണ്ടാകരുതെന്നു കരുതിയാണുടൻ തന്നെ കമ്പിയടിച്ചത്. പിന്നാലെ രാജിക്കത്തും അയച്ചു. രാജിക്കത്തിൽ അക്കമ്മ ഇങ്ങനെയാണ് എഴുതിയിരുന്നത്.

"രാജ്യത്തിന്റെ ഇപ്പോഴത്തെ പ്രക്ഷുബ്ധമായ അവസ്ഥയിൽ സമാധാനപരമായ സ്കൂൾ അന്തരീക്ഷത്തേക്കാൾ എന്റെ സ്ഥാനം സമരാങ്കണത്തിലാണെന്നു എനിക്കു ബോദ്ധ്യമായതിനാൽ ഞാൻ രാജിവയ്ക്കുന്നു."

അങ്ങനെ അക്കമ്മ ചെറിയാൻ കോൺഗ്രസിന്റെ പന്ത്രണ്ടാമത് സർവ്വാധിപതിയായി എറണാകുളത്തെത്തിയ അക്കമ്മയ്ക്ക് നേതാക്കന്മാർ സമരത്തെ സംബന്ധിച്ച നിർദ്ദേശങ്ങൾ നല്കി. കോൺഗ്രസിന്റെ ക്യാമ്പ് അന്നവിടെ പ്രവർത്തിച്ചിരുന്നു. സഹോദരൻ അയ്യപ്പൻ, എ കെ പിള്ള, കെ എ ദാമോദരമേനോൻ, മാതൃഭൂമി നാരായണൻനായർ എന്നിവരാണവിടെ വി വി വർക്കിക്കു പുറമേ ഉണ്ടായിരുന്നത്. തിരുവിതാംകൂർ പൊലീസിന് എറണാകുളത്തുനിന്നും കോൺഗ്രസ് പ്രവർത്തകരെ അറസ്റ്റു ചെയ്യാൻ അധികാരമില്ലാത്തതിനാലാണ് പ്രവർത്തനകേന്ദ്രം എറണാകുളത്തേക്കു മാറ്റിയത്. എറണാകുളത്തുനിന്നും മധുരയിൽ എത്തിയശേഷം അവിടെനിന്നും തീവണ്ടിയിൽ തിരുവനന്തപുരത്തെത്തുവാനായിരുന്നു പരിപാടി. തീവണ്ടി ബ്രിട്ടീഷ് സർക്കാരിന്റെ ആയതിനാലും തിരുവിതാംകൂർ പൊലീസിന് അറസ്റ്റു ചെയ്യുവാൻ കഴിയില്ല. അങ്ങനെ വിശദമായ പരിപാടിയാണു തയ്യാറാക്കിയത്. എന്തു പ്രതിബന്ധം ഉണ്ടായാലും ജാഥ നയിക്കണമെന്നും സുഹൃത്തുക്കൾ ആണെന്ന മട്ടിൽ ശത്രുക്കൾ വന്നെന്നിരിക്കുമെന്നും നേതാക്കൾ ഓർമ്മിപ്പിച്ചു. മഹാരാജാവിനു നല്കുവാനുള്ള നിവേദനം ഒരു കാരണവശാലും പിൻവലിക്കരുത്. സർ സി പിയെക്കുറിച്ചുള്ള ആരോപണങ്ങൾ തെളിയിക്കുന്നതിനുള്ള രേഖകൾ എല്ലാം ഉണ്ടെന്നും നേതാക്കൾ അക്കമ്മയെ ബോദ്ധ്യപ്പെടുത്തി. ക്യാമ്പിൽനിന്നും കൊടുത്തയക്കുന്ന കത്തുകളിൽ രഹസ്യ അടയാളം ഉണ്ടായിരിക്കണമെന്നും തീരുമാനിച്ചു. ഏതൊക്കെ രീതിയിലാണ് സർ സി പി സമരത്തെ പരാജയപ്പെടുത്തുവാൻ ശ്രമിക്കുകയെന്നു പറയാനാ

വില്ല. അതിനാൽ കൃത്യമായ മുൻകരുതലുകളാണ് എടുത്തിരുന്നത്. കാഞ്ഞിരപ്പള്ളിക്കു മടങ്ങിപ്പോകുന്നതിനു മുമ്പ് വി വി വർക്കി അന്നത്തെ രാഷ്ട്രീയ സ്ഥിതിഗതികളെക്കുറിച്ചും പ്രസംഗവും പ്രസ്താവനയും തയ്യാറാക്കേണ്ട രീതികളെക്കുറിച്ചും അക്കമ്മയ്ക്കു പഠിപ്പിച്ചു കൊടുത്തു. വി വി വർക്കിയാണ് തന്റെ രാഷ്ട്രീയഗുരുവെന്ന് അക്കമ്മ ചെറിയാൻ പറഞ്ഞിട്ടുണ്ട് (1114 ന്റെ കഥ)

സ്റ്റേറ്റ് കോൺഗ്രസിന്റെ ആദ്യ യോഗതീരുമാന പ്രകാരം ആറ് ആവശ്യങ്ങൾ ഉൾപ്പെടുത്തിയ ഒരു നിവേദനം മഹാരാജാവിന് 1938 മെയ് 31 ന് രജിസ്റ്റർചെയ്ത് തപാലിൽ അയച്ചിരുന്നു. മഹാരാജാവു നേരിട്ടു പ്രജകളിൽനിന്നും നിവേദനം സ്വീകരിക്കില്ലെന്നു പറഞ്ഞതുകൊണ്ടാണിങ്ങനെ ചെയ്തത്. 'തിരുവിതാംകൂർ ഇന്ന്' എന്ന പേരിൽ ഒരു ലഘുലേഖയുടെ രൂപത്തിൽ ഈ നിവേദനം കോൺഗ്രസ് അച്ചടിച്ചു വിതരണം ചെയ്യുകയുംചെയ്തു. എന്നാലിതിന്റെ അച്ചടിയും പ്രചരണവും സർക്കാർ നിരോധിച്ചു. ജനങ്ങൾക്ക് ഉത്തരവാദ ഭരണം അനുവദിക്കണമെന്നതാണ് നിവേദനത്തിന്റെ കാതൽ. ദിവാൻപദവിയിൽനിന്നും സർ സി പി യെ പിരിച്ചുവിടുക, ദിവാന്റെ പ്രത്യേക അധികാരങ്ങൾ നിയമസഭയോട് ഉത്തരവാദിത്വമുള്ള നിയമസഭയ്ക്കു നല്കുക, പ്രായപൂർത്തി വോട്ടവകാശം അനുവദിക്കുക, പ്രസംഗസ്വാതന്ത്ര്യം, സംഘടനാസ്വാതന്ത്ര്യം എന്നിവ അനുവദിക്കുക തുടങ്ങിയ ആവശ്യങ്ങളാണ് ഈ നിവേദനത്തിലുണ്ടായിരുന്നത്. ഇതിനു പുറമേ മറ്റ് പതിനൊന്ന് ആവശ്യങ്ങൾ കൂടി ചേർത്താണ് മഹാരാജാവിനു നേരിട്ടു നല്കാൻ തീരുമാനിച്ചത്.

5

1938 ഒക്ടോബർ 23
(1114 തുലാം 7)

ശ്രീചിത്തിര തിരുനാൾ ബാലരാമവർമ്മ മഹാരാജാവിന്റെ ജന്മദിനമായ 1114 തുലാം 7 ന് അദ്ദേഹത്തെ നേരിൽ കണ്ട് നിവേദനം നല്കുക എന്ന ദൗത്യമാണ് അക്കമ്മ ചെറിയാനുണ്ടായിരുന്നത്. മഹാരാജാവിന്റെ ആട്ടത്തിരുനാൾ നാടു മുഴുവനും ആഘോഷിക്കുന്ന ഒരു മഹാസംഭവമായിരുന്നു. നാടൊട്ടുക്കും യോഗങ്ങളും രാജഭക്തി പ്രകടിപ്പിക്കുന്ന ഗാനാലാപനങ്ങളും ഘോഷയാത്രകളും ഉണ്ടാകും. സർക്കാർ ഓഫീസുകളും ആരാധനാലയങ്ങളും വിദ്യാലയങ്ങളും ഉൾപ്പെടെ പിറന്നാൾ ആഘോഷത്തിൽ പങ്കെടുക്കും. തെരുവുകളും കെട്ടിടങ്ങളും വർണ്ണശബളമായ കൊടിതോരണങ്ങളാൽ അലങ്കരിക്കും. പായസവും മധുരപലഹാരങ്ങളും അന്നേദിവസം വിതരണംചെയ്യും. പൊലീസിന്റെയും പട്ടാളത്തിന്റെയും പരേഡുകൾ നടക്കും. പ്രജാക്ഷേമ തല്പരരായ രാജാക്കന്മാർ ജനങ്ങളുടെ ദുഃഖങ്ങൾക്കു പരിഹാരം ഉണ്ടാക്കുന്നതും ആട്ടത്തിരുനാൾ ദിനത്തിലാണെന്നാണ് വെപ്പ്. ഈ ദിവസംതന്നെ നിവേദനം നല്കുവാൻ കോൺഗ്രസ് തെരഞ്ഞെടുത്തതും ഇതുകൊണ്ടാണ്.

എന്നാൽ, മുൻവർഷങ്ങളേതിൽനിന്നും വ്യത്യസ്തമായി ഇത്തവണ രാജവീഥികൾ ഖദർ വസ്ത്രധാരികളെക്കൊണ്ടു നിറഞ്ഞു. രാജാവിനെ സ്തുതിക്കുന്ന "വഞ്ചീശമംഗള"ത്തിനു പകരം മഹാത്മാഗാന്ധി കീ ജയ്, ഭാരതമാതാ കീ ജയ്, സ്റ്റേറ്റ് കോൺഗ്രസ് കീ ജയ് തുടങ്ങിയ മുദ്രാവാക്യങ്ങളാണ് തലസ്ഥാനനഗരിയിൽ മുഴങ്ങിയത്. തിരുവിതാംകൂറിലാകെ തന്നെ ത്യാഗസമ്പന്നരായ സമരവളണ്ടിയർമാരെ നേരത്തെതന്നെ പരിശീലിപ്പിച്ചിരുന്നു. അച്ചടക്കവും അഹിംസയും ഇവരെ പഠിപ്പിച്ചിരുന്നു. എറണാകുളം ക്യാമ്പിൽനിന്നുള്ള നിർദ്ദേശപ്രകാരം വളണ്ടിയർമാർ തുലാം 7 ന് തിരുവനന്തപുരത്ത് തമ്പാനൂർ മൈതാനത്തെത്തിച്ചേരണം. സർ സി പി യുടെ പൊലീസാകട്ടെ തിരുവിതാംകൂറിലാകെ അരിച്ചുപെ

റുക്കി വളണ്ടിയർമാരെ അറസ്റ്റു ചെയ്യുകയായിരുന്നു. പൊലീസിനെ കബളിപ്പിക്കുന്നതിനായി ഗ്രാമങ്ങളിൽ വളണ്ടിയർമാരാണെന്ന വ്യാജേന 'മഹാരാജസന്നിധിയിലേക്ക്' എന്ന പ്ലക്കാർഡുമേന്തി ജാഥകൾ നടന്നു. പൊലീസ് ഇവർക്കു പുറകേ കൂടുമ്പോൾ യഥാർത്ഥ സമരഭടന്മാർ അതീവ രഹസ്യമായി മറ്റു മാർഗ്ഗങ്ങളിൽ തിരുവനന്തപുരത്തേക്കു തിരിച്ചു. കാൽനടയായാണ് സമരക്കാർ തിരുവനന്തപുരത്തേക്കു വരുന്നതെന്നതുകൊണ്ട് ജാഥ നടക്കുന്നതിനു ദിവസങ്ങൾക്കു മുമ്പുതന്നെ അവർ പുറപ്പെട്ടിരുന്നു. പലരും വഴിയിൽവച്ച് പൊലീസിന്റെ പിടിയിലകപ്പെടുകയോ മർദ്ദനത്തിനിരയാവുകയോ ചെയ്തു.

> 1938 ഒക്ടോബർ 21 (1114 തുലാം 5) മുതൽ പതിനായിരക്കണക്കിനു സന്നദ്ധ ഭടന്മാർ പ്രച്ഛന്നവേഷധാരികളായി പല മാർഗ്ഗങ്ങളിൽക്കൂടിയും രാജധാനിയിൽ എത്തിച്ചേർന്നു. ഈ സന്നദ്ധഭടന്മാർക്കെല്ലാം ആഹാരം നല്കാൻ തക്ക കെല്പ് അന്ന് തിരുവനന്തപുരത്തെ ആഹാരശാലകൾക്കുണ്ടായിരുന്നില്ല. തന്നെയുമല്ലാ ഉത്തരവാദിത്വമുള്ള സ്റ്റേറ്റ് കോൺഗ്രസുകാരെല്ലാംതന്നെ തുറുങ്കിനകത്തുമായിരുന്നു. എന്നാൽ, അവർക്ക് ആഹാരവും പാർപ്പിടവും ഏർപ്പാടു ചെയ്തുകൊടുക്കുവാൻ രാജധാനിയിലെ പൊതുജനങ്ങളും വ്യാപാരികളും മുന്നോട്ടുവന്നു. ഇ ജോൺ ഫിലിപ്പോസിന്റെ സഹോദരി ശ്രീമതി മറിയം ഈപ്പനും ജാഥാംഗങ്ങൾക്കു വേണ്ട സഹായങ്ങൾ ചെയ്തു.

(*ജീവിതം ഒരു സമരം*: അക്കമ്മ ചെറിയാന്റെ ആത്മകഥ. പുറം 96)
ഇത്തരത്തിൽ തിരുവിതാംകൂർ ചരിത്രത്തിൽ അന്നേവരെ കണ്ടിട്ടില്ലാത്ത ബഹുജന മുന്നേറ്റത്തിന് തലസ്ഥാനനഗരം ആവേശത്തോടെ ഒരുങ്ങുമ്പോൾ മഹാരാജാവിനെ നേരിൽ കണ്ടു സമർപ്പിക്കുവാനുള്ള നിവേദനവുമായി അക്കമ്മ ചെറിയാൻ എറണാകുളത്തുനിന്നും മധുരയിലേക്കു യാത്ര ചെയ്യുകയായിരുന്നു. എറണാകുളത്തുനിന്നും മലബാറുകാരനായ രാഘവൻ എന്ന യുവാവിനെയും അക്കമ്മയുടെ സംഘത്തിനൊപ്പം അയച്ചു. ഒക്ടോബർ 21 ന് വൈകിട്ടത്തെ കൊച്ചിൻ എക്സ്പ്രസിൽ തിരിച്ച സംഘം നേരം പുലർന്നപ്പോൾ മധുരയിൽ എത്തി. അവിടെ ഒരു സംഘം മലയാളിയുവാക്കൾ സ്റ്റേഷനിൽ കാത്തു നിന്നിരുന്നു. മധുര അമേരിക്കൻ കോളേജ് പ്രിൻസിപ്പൽ നൈനാൻ, പി ടി പുന്നൂസ്, ടി കെ വേലുപ്പിള്ളയുടെ മകൻ വി പി നായർ എന്നിവരാണ് അക്കമ്മയെ സ്വീകരിച്ചത്. സർ സി പി സമരത്തിനെതിരെ പുറപ്പെടുവിക്കുന്ന പ്രസ്താവനയ്ക്ക് ഉടൻ മറുപടി നല്കേണ്ട ചുമതല സർവ്വാധിപതിക്കാണ്. അങ്ങനെ മധുരയിൽവെച്ചൊരു പ്രസ്താവന അക്കമ്മ പുറപ്പെടുവിച്ചു. പുന്നൂസും വി പി നായരും കൂടിയാണ് അതിന്റെ കാർബൺ കോപ്പികളെടുത്തു പത്രങ്ങൾക്കു നല്കിയത്. പി ടി പുന്നൂസ് പിന്നീട് കമ്യൂണിസ്റ്റു പാർട്ടിയിൽ

ചേരുകയും അക്കമ്മയുടെ സഹോദരി റോസമ്മയെ വിവാഹം കഴിക്കുകയും ചെയ്തു. പകൽ മധുരയിൽ വിശ്രമിച്ചശേഷം രാത്രി തീവണ്ടിയിൽ തെങ്കാശിക്കു പുറപ്പെട്ടു. ഒക്ടോബർ 23 ന് രാവിലെ തെങ്കാശിയിൽ എത്തിയപ്പോൾ കാഞ്ഞിരപ്പള്ളിയിൽനിന്നുള്ള വളണ്ടിയർ സേനയാണ് അക്കമ്മയെ സ്വീകരിച്ചത്. അവിടെനിന്നും മറ്റൊരു തീവണ്ടിയിൽ തിരുവനന്തപുരത്തേക്കു പുറപ്പെട്ടു. തിരുവിതാംകൂറിന്റെ അതിർത്തിയായ ചെങ്കോട്ട മുതൽ എല്ലാ സ്റ്റേഷനിലും അക്കമ്മയെ സ്വീകരിക്കുവാൻ വൻ ജനക്കൂട്ടം കാത്തുനിന്നു. ആവേശോജ്ജ്വലമുദ്രാവാക്യങ്ങൾ മുഴക്കിയും പൂമാലകളും ഖദർ ഷാളുകളും നല്കിയും യുവതിയും ഊർജ്ജസ്വലയുമായ അക്കമ്മ ചെറിയാനെന്ന സർവ്വാധിപതിയെ കോൺഗ്രസ് പ്രവർത്തകർ വരവേറ്റു. രാഷ്ട്രീയത്തടവുകാരെ മോചിപ്പിക്കുമെന്നും കുപ്രസിദ്ധമായ ക്രിമിനൽ നിയമഭേദഗതി നിയമം നിർത്തി വെക്കുമെന്നും അന്നത്തെ പത്രത്തിൽ സർ സി പി നല്കിയ വാർത്ത ഉണ്ടായിരുന്നു. സമരം തണുപ്പിക്കുവാനുള്ള ഈ അടവിൽ അക്കമ്മ ചെറിയാൻ വീണില്ല. ഇത്തരം പ്രഖ്യാപനങ്ങൾ ജനങ്ങളെ കബളിപ്പിക്കുവാനാണെന്നും ദേശാഭിമാനികൾ ജാഥയിൽ തന്റെ ഒപ്പം അണിചേരണമെന്നും അക്കമ്മ ചെറിയാൻ സ്വീകരണത്തിനു മറുപടിയായി പ്രസംഗിച്ചു. അക്കമ്മ ചെറിയാന്റെ ആഹ്വാനം ഉൾക്കൊണ്ട് ആയിരക്കണക്കിന് യുവാക്കൾ തീവണ്ടിയിൽ തള്ളിക്കയറി. ആലപ്പുഴയിൽനിന്നുള്ള 25 അംഗ കയർ ഫാക്ടറി തൊഴിലാളികളും ജാഥയിൽ പങ്കെടുത്തു. കുഞ്ഞുണ്ണിനായരുടെ നേതൃത്വത്തിലുള്ള ഈ സംഘം അതീവ രഹസ്യമായി തീവണ്ടിയിൽ പല സ്ഥലങ്ങളിലായി ഇരിക്കുന്നുണ്ടായിരുന്നു. തിരുവനന്തപുരം അടുത്തപ്പോൾ ചുവന്ന വളണ്ടിയർ വേഷത്തിൽ ഇവർ ഒത്തുകൂടി. മുദ്രാവാക്യം മുഴക്കിയും വിപ്ലവഗാനങ്ങൾ പാടിയും അവർ ആവേശം പകർന്നു. പണിമുടക്കി ജാഥയിൽ പങ്കെടുക്കുവാൻ കയർ തൊഴിലാളികൾ തയ്യാറായത് ആദ്യ സംഭവമായിരുന്നു. സ്വന്തം ആവശ്യങ്ങൾക്കു പുറമേ ഉത്തരവാദിത്വഭരണവും രാഷ്ട്രീയത്തടവുകാരുടെ മോചനവും ഉൾപ്പെടെയുള്ള മുദ്രാവാക്യങ്ങളാണിവർ മുഴക്കിയത്.

ഐതിഹാസികമായ കൊട്ടാരമാർച്ച്

1938 ഒക്ടോബർ 23 (1114 തുലാം 7). വൈകിട്ട് 4.30. സൂചികുത്താൻ ഇടമില്ലാത്ത വിധം സമരഭടന്മാരെക്കൊണ്ടു തിങ്ങിനിറഞ്ഞ ഒരു തീവണ്ടി തമ്പാനൂർ റെയിൽവേ സ്റ്റേഷനിൽ എത്തി. ചവിട്ടുപടിയിലും വശങ്ങളിലും മുകളിലുമെല്ലാം ഖദർ തൊപ്പിയണിഞ്ഞ ഖദർവസ്ത്രം ധരിച്ച വളണ്ടിയർമാരായിരുന്നു. പൂമാലകളും പൂച്ചെണ്ടുകളും ഖദർഷാളുകളും കൊണ്ടു നിറഞ്ഞ കമ്പാർട്ടുമെന്റിൽനിന്നും റോഡ് വളണ്ടിയർമാരായ കയർ തൊഴിലാളികളാലും സ്റ്റേറ്റ് കോൺഗ്രസ് വളണ്ടിയർമാരാലും അനുഗതയായ അക്കമ്മ ചെറിയാൻ പുറത്തേക്കിറങ്ങി സന്നദ്ധസേന സർവ്വാധിപതിക്ക് ഗാർഡ് ഓഫ് ഓണർ നല്കി. ആകാശം ഭേദിക്കുമാറുച്ചത്തിൽ ജയ് വിളി

കളും ഹർഷാരവങ്ങളും മുഴങ്ങി. തമ്പാനൂർ മൈതാനം മനുഷ്യസമുദ്ര യായി മാറി. വളണ്ടിയർമാർ അക്കമ്മ ചെറിയാനെ ഒരു തുറന്ന കാറിലേ ക്കാനയിച്ചു. കാറിൽ എഴുന്നേറ്റുനിന്ന് കേരളത്തിന്റെ "ഝാൻസി റാണി" ജനക്കൂട്ടത്തെ അഭിസംബോധന ചെയ്ത് പ്രസംഗിച്ചു.

> പ്രിയപ്പെട്ട നാട്ടുകാരെ, ഉത്തരവാദഭരണത്തിനു വേണ്ടി തിരുവി താംകൂറിൽ നടന്നുകൊണ്ടിരിക്കുന്ന വീരോചിതമായ സമരം ശാന്ത മായ വിദ്യാലയാന്തരീക്ഷം വിട്ട് സമരത്തിന്റെ അണികളിൽ ന്യായ മായ സ്ഥാനം സ്വീകരിക്കുവാൻ എന്നെ നിർബ്ബന്ധിക്കുകയാണു ണ്ടായത്. ഈ സമരം പൗരാവകാശങ്ങൾക്കു വേണ്ടിയുള്ള ഒന്നായി പരിമിതപ്പെടുത്താൻ ഒരു ശ്രമം നടക്കുന്നുണ്ട്. എന്നാൽ, സാങ്കേതിക വ്യാഖ്യാനങ്ങളിലും നിയമത്തിന്റെ സങ്കീർണ്ണതയിലും നിന്നകന്നുനിന്നുകൊണ്ട് ഞാൻ പറയുന്നു, നാം ഇതുവരെ അനു ഭവിച്ചുകഴിഞ്ഞിട്ടുള്ള ദുരിതങ്ങൾക്കും ത്യാഗങ്ങൾക്കും ശേഷം സ്റ്റേറ്റ് കോൺഗ്രസ് പൗരാവകാശങ്ങൾ കൊണ്ടുമാത്രം തൃപ്തി പ്പെടുമെന്ന് ആരും തെറ്റിദ്ധരിക്കേണ്ടതില്ലെന്ന്, വാസ്തവത്തിൽ പൗരാവകാശങ്ങൾ ഉറപ്പു വരുത്താൻ ഒരു ജനാധിപത്യവ്യവസ്ഥി യിലേ സാദ്ധ്യമാവൂ. അതുകൊണ്ട് ഈ വ്യവസ്ഥിതി മാറ്റുന്നതിനു വേണ്ടിയുള്ള സമരം അവസാനിക്കുന്നതുവരെ അതിൽ ഭാഗഭാ ഗത്വം വഹിക്കേണ്ടത് എന്റെ കർത്തവ്യമായി ഞാൻ കരുതുന്നു. അങ്ങനെ ഈ സമരം ഭാരതസ്വാതന്ത്ര്യസമരത്തിന്റെ ഒരു ഭാഗ മെന്നുതന്നെയല്ല ലോകത്താകമാനം നടക്കുന്ന സാമ്രാജ്യത്വശക്തി കളും ജനാധിപത്യശക്തികളും തമ്മിലുള്ള സമരത്തിന്റെയുംകൂടി ഭാഗമാണെന്ന് ഞാൻ കരുതുന്നു. ഈ വീക്ഷണകോണിൽനിന്നു നോക്കുമ്പോൾ ഈ സമരത്തിന് പ്രാദേശികതയിൽ കവിഞ്ഞ പ്രാധാന്യമുണ്ട്. അതുകൊണ്ട് എന്റെ എളിയ കഴിവുകൾ നീതിയും സ്വാതന്ത്ര്യവും ജനാധിപത്യവും സ്ഥാപിക്കുവാൻ വിനി യോഗിക്കുന്നതിൽ ഞാൻ അഭിമാനംകൊള്ളുന്നു.
>
> ഞാൻ തിരുവനന്തപുരത്തേക്കു പോരുമ്പോൾ വഴിയിൽ കണ്ട രാഷ്ട്രീയാവേശപ്രകടനവും ജനങ്ങൾ എനിക്കു നല്കിയ സ്വീകര ണങ്ങളും പൊതുജനങ്ങളുടെ നിലപാട് വ്യക്തമാക്കുന്നുണ്ട്. മുമ്പോട്ടുവച്ച കാൽ പിന്നോക്കം ചവിട്ടുകയില്ലെന്നുള്ള അവരുടെ ദൃഢനിശ്ചയത്തിൽ ഞാൻ സന്തോഷിക്കുന്നു. അതുകൊണ്ട് നമ്മുടെ നിശ്ചിത പരിപാടിയിൽനിന്നും നാം ഒട്ടും വ്യതിചലിക്കേ ണ്ടതില്ല. ആ പരിപാടി രാജകൊട്ടാരത്തിലേക്ക് ഒരു ജാഥയായി ച്ചെന്ന് ജനങ്ങളുടെ ആവശ്യങ്ങൾ മഹാരാജാസന്നിധിയിൽ സമർപ്പിക്കുക എന്നതാണ്. ഈ ജാഥ നയിക്കാൻ എനിക്ക് അതി യായ സന്തോഷമുണ്ട്. എന്തു പ്രകോപനം ഉണ്ടായാലും പരി പൂർണ്ണമായ അക്രമരാഹിത്യം പാലിക്കണമെന്ന് ഞാൻ ഓരോ

ജാഥാംഗത്തോടും അഭ്യർത്ഥിക്കുന്നു. വല്ല നിരുത്തരവാദികളും വളണ്ടിയറുടെ വേഷത്തിൽ നമ്മുടെ വ്രതത്തിൽനിന്നും നമ്മെ വ്രതിചലിപ്പിക്കാൻ ശ്രമിച്ചേക്കാം. അങ്ങനെ സംഭവിക്കാതിരിക്കാൻ നാം ജാഗ്രതയുള്ളവരായിരിക്കണം. "പരിപൂർണ്ണമായ അക്രമരാഹിത്യം!" ആയിരിക്കട്ടെ നമ്മുടെ മുദ്രാവാക്യം. വരൂ, നമുക്ക് കൊട്ടാരത്തിലേക്കു നീങ്ങാം.

ചരിത്രം രചിച്ച ഈ വാക്കുകൾക്കുശേഷം അക്കമ്മ ചെറിയാൻ കോട്ടയ്ക്കകത്തുള്ള തെക്കേത്തെരുവു കൊട്ടാരത്തിൽ തങ്ങുന്ന മഹാരാജാവിനെ നേരിൽ കണ്ടു നിവേദനം നല്കുന്നതിനായി മുന്നോട്ടു നീങ്ങി. വിശേഷദിവസങ്ങളിൽ തിരുവിതാംകൂർ രാജാക്കന്മാർ തങ്ങുന്ന ഔദ്യോഗിക വസതിയാണിത്. പതിനായിരക്കണക്കിന് സമരഭടന്മാർ അക്കമ്മ ചെറിയാനെ അനുഗമിച്ചു. ശുഭ്രവസ്ത്രം ധരിച്ച് ഗാന്ധിത്തൊപ്പി ധരിച്ച് മുന്നിൽ നീങ്ങുന്ന അക്കമ്മയ്ക്കൊപ്പം സ്റ്റേറ്റ് കോൺഗ്രസ് നേതാക്കളായ നെടുമങ്ങാട് കേശവൻനായർ, കെ ആർ ഇലങ്കത്ത്, കാലടി പുരുഷോത്തമൻനായർ പി കെ കുഞ്ഞൻ എന്നിവരും ഉണ്ടായിരുന്നു. പ്ലക്കാർഡുകളും ത്രിവർണ്ണപതാകകളും ഏന്തിയ സമരഭടന്മാർ സമരഗാനങ്ങൾ പാടിയും ആവേശകരമായ മുദ്രാവാക്യം മുഴക്കിയും ചിട്ടയോടെ വരിതെറ്റാതെ മുന്നോട്ടു നടന്നു. ഇതുവരെ തിരുവിതാംകൂർ കണ്ടിട്ടില്ലാത്ത ഈ മഹാജാഥ കാണാൻ വഴിയോരങ്ങളിൽ സ്ത്രീപുരുഷന്മാർ തടിച്ചുകൂടി. വശങ്ങളിലെ കെട്ടിടങ്ങളുടെ മുകളിലും മരങ്ങളിൽ കയറിയിരുന്നും ജനങ്ങൾ കാഴ്ചക്കാരായി. എന്തോ വലിയ അപകടം സംഭവിച്ചേക്കുമെന്ന ഭീതിയും ഉണ്ടായിരുന്നു. തിരുവിതാംകൂറിൽ ഇത്തരത്തിലുള്ള ജാഥ നടക്കുന്ന വിവരം ഇന്ത്യയൊട്ടുക്കും പ്രസിദ്ധമായിരുന്നു.

അഞ്ചുമണിക്ക് തമ്പാനൂരിൽനിന്നും ആരംഭിച്ച ജാഥ ഓവർബ്രിഡ്ജു വഴി കിഴക്കേക്കോട്ട വാതിൽ കടന്ന് വെട്ടിമുറിച്ച കോട്ട വാതില്ക്കൽ എത്തിയപ്പോൾ വൻ പൊലീസ് സംഘം തടഞ്ഞു. തമ്പാനൂർ മുതൽ തെക്കെത്തെരുവുവരെയും മനുഷ്യ മഹാസാഗരം ആയി മാറി. വളണ്ടിയർമാർ സമരഭടന്മാർക്ക് പഴങ്ങളും ശീതളപാനീയവും വിതരണം ചെയ്തു.

ഇതിനിടയിൽ ഒരു കൂറ്റൻ അമ്പലക്കാള ജനക്കൂട്ടത്തിനിടയിൽ കയറി. സർ സി പി യുടെ പൊലീസ് ജാഥ അലങ്കോലപ്പെടുത്തുന്നതിന് മനഃപൂർവ്വം കാളയെ കയറ്റിവിട്ടതാണെന്നാണ് കരുതുന്നത്. സമരഭടന്മാർ ഖദർഷാൾകൊണ്ട് കാളയെ ബന്ധിച്ച് ഓടിച്ചുവിട്ടു അതോടെ രംഗം ശാന്തമായി എല്ലാവരോടും നിലത്തിരിക്കുവാൻ അക്കമ്മ ചെറിയാൻ ആവശ്യപ്പെട്ടു. എല്ലാവരും അച്ചടക്കത്തോടെ സർവ്വാധിപതിയുടെ നിർദ്ദേശം അനുസരിച്ചു.

എല്ലാവരും നിലത്തിരിക്കുവാനുള്ള ഉത്തരവു ലഭിച്ച ക്ഷണത്തിൽ

> പാൽക്കടലിൽ ഓളങ്ങൾ തിളച്ചുപൊങ്ങി താണതു പോലെ ആയിരക്കണക്കിനുള്ള ആ ധവള വസ്ത്രധാരികൾ കിഴക്കേക്കോട്ട മുൻവശത്തുള്ള പ്രദേശം മുഴുവൻ പരന്നു കിടന്നു. (കെ സി ജോർജ്, *എന്റെ ജീവിതയാത്ര*.)

അല്പം കഴിഞ്ഞപ്പോൾ ഗവൺമെന്റ് സീനിയർ സെക്രട്ടറി കൃഷ്ണസ്വാമി റാവു അക്കമ്മ ചെറിയാനോട് കാര്യം തിരക്കി. മഹാരാജാവിനെ നേരിൽ കണ്ടു നിവേദനം നല്കണമെന്നു പറഞ്ഞപ്പോൾ പത്തുമിനിട്ടിനകം വിവരം അറിയിക്കാമെന്നും പറഞ്ഞ് റാവു അകത്തേക്കു പോയി. അരമണിക്കൂർ യാതൊന്നും സംഭവിച്ചില്ല. ഇതിനിടയിൽ കുതിരപ്പട്ടാളം ജാഥാംഗങ്ങൾക്കിടയിലൂടെ കടന്നുപോയി. നിരവധി പേർക്ക് കുതിരകുളമ്പടിയേറ്റ് പരിക്കുണ്ടായി. ഒരു പട്ടാള ലോറി ചീറിപ്പാഞ്ഞു വന്നപ്പോൾ സമരഭടന്മാർ പേടിച്ചോടുകയല്ലാ ഉറക്കെ മുദ്രാവാക്യം വിളിച്ചുകൊണ്ട് ടയറിൽ കെട്ടിപ്പിടിച്ചു കിടക്കുകയാണു ചെയ്തത്. ലോറി മുന്നോട്ടു കൊണ്ടുപോകുവാൻ പട്ടാളക്കാർ ആവശ്യപ്പെട്ടെങ്കിലും ലോറി ഡ്രൈവർ നിരസിക്കുകയായിരുന്നു. ബയണറ്റ് ഘടിപ്പിച്ച തോക്കുമായി പട്ടാളക്കാർ മാർച്ചു ചെയ്ത് വെട്ടിമുറിച്ച കോട്ടയ്ക്കകത്തേക്കു പോയി. ബയണറ്റു കൊണ്ടുള്ള കുത്തേറ്റും ബൂട്സു കൊണ്ടുള്ള ചവിട്ടേറ്റും നിരവധി പേർക്ക് പരിക്കേറ്റെങ്കിലും അവർ അക്രമത്തിലേക്കു തിരിഞ്ഞില്ല.

ഈ ഘട്ടത്തിലാണ് പട്ടാളമേധാവിയായ കേണൽ വാട്കിസ് കോട്ടയ്ക്കകത്തുനിന്നും പുറത്തേക്കു വന്നത്. മഹാരാജാവിനെ കാണാൻ സാദ്ധ്യമല്ലെന്ന് വാട്കിസ് അക്കമ്മയെ അറിയിച്ചു. സമാധാനപരമായി സമരം ചെയ്യുന്നവരുടെ നേരെ കുതിരപ്പട്ടാളവും പട്ടാളക്കാരും അതിക്രമം നടത്തിയതായി അക്കമ്മ പരാതി പറഞ്ഞു. പട്ടാളക്കാരുടെ മേൽ നടപടി എടുക്കണമെന്നും അക്കമ്മ ആവശ്യപ്പെട്ടു. ഇത് സ്വാഭാവികമായും കേണൽ വാട്കിസിനെ രോഷാകുലനാക്കി. വലതുവശത്തു തൂക്കിയിട്ടിരുന്ന കൈത്തോക്ക് ഉയർത്തിക്കൊണ്ട് ജനക്കൂട്ടം പിരിഞ്ഞുപോയില്ലെങ്കിൽ വെടിവെക്കുമെന്ന് ഭീഷണിപ്പെടുത്തി. അക്കമ്മയെ ഇത് രോഷാകുലയാക്കി. മാറിൽ കിടന്നിരുന്ന പുഷ്പഹാരങ്ങൾ വലിച്ചു മാറ്റിയശേഷം അക്കമ്മ ഗർജ്ജിച്ചു.

"വെടിവെക്കാനാണു ഭാവമെങ്കിൽ ഈ ജനക്കൂട്ടത്തെ നയിക്കുന്ന എന്റെ നെഞ്ചിൽത്തന്നെ ആദ്യത്തെ നിറയൊഴിക്കുക!"

അക്കമ്മയുടെ ധീരതയ്ക്കും നിശ്ചയദാർഢ്യത്തിനും മുന്നിൽ കേണൽ വാട്കിസ് പരാജയപ്പെട്ടു. തൊപ്പി ഉയർത്തിക്കൊണ്ട് ഗുഡ്നൈറ്റ് പറഞ്ഞശേഷം അയാൾ കോട്ടയ്ക്കകത്തേക്കു മടങ്ങിപ്പോയി.

ആഗസ്ത് മാസത്തിൽ നെയ്യാറ്റിൻകരയിൽ രാഘവൻ എന്ന യുവാവ് കേണൽ വാട്കിസിന്റെ വെടിയേറ്റ് മരിച്ചതാണെന്നതുകൂടി ഓർക്കണം. നെയ്യാറ്റിൻകര പട്ടണത്തിൽ സമരം നടക്കുമ്പോൾ കേണൽ വാട്കിസ് തോക്കു ചൂണ്ടുന്നതുകണ്ട് വെല്ലുവിളിയോടെ നെഞ്ചു കാട്ടിക്കൊ

ടുത്തപ്പോഴാണ് രാഘവനുനേരെ യാതൊരു കൈയറപ്പും ഇല്ലാതെ നിറയൊഴിച്ചത്.

സ്റ്റേറ്റ് കോൺഗ്രസ് സമരത്തിലെ ആദ്യ രക്തസാക്ഷിയായാണ് നെയ്യാറ്റിൻകര രാഘവനെ കണക്കാക്കുന്നത്. അന്നത്തെ വെടിവെപ്പിൽ രാഘവനുൾപ്പെടെ ഏഴുപേർ ആണ് മരിച്ചുവീണത്. സമരക്കാരെ നേരിടുന്നതിന് നിസ്സങ്കോചം വെടിവെക്കുന്ന വാട്കിസ് പക്ഷേ, അക്കമ്മയുടെ ചങ്കൂറ്റത്തിനു മുന്നിൽ പതറുക തന്നെ ചെയ്തു. അന്നൊരു വെടിവെപ്പുണ്ടായിരുന്നെങ്കിൽ ആയിരക്കണക്കിനു കോൺഗ്രസ് പ്രവർത്തകരുടെ ജീവൻ പൊലിയുമായിരുന്നു. സമരക്കാരും എന്തു ത്യാഗവും സഹിക്കുവാൻ സന്നദ്ധരായി വന്നവരായിരുന്നു. വലിഞ്ഞു മുറുകി നിന്ന ആ അന്തരീക്ഷത്തിൽ പക്ഷേ, അക്കമ്മ ചെറിയാനെന്ന യുവനേതാവിന്റെ അസാമാന്യമായ ധൈര്യവും നിശ്ചയദാർഢ്യവും ആണ് രക്തച്ചൊരിച്ചിൽ ഒഴിവാക്കിയത്. അക്കമ്മയുടെ ഒരു പെരുവിരൽ ചലനം മതിയായിരുന്നു അവിടെ കൂടിയിരുന്നവർ അക്രമത്തിലേക്കു തിരിയാൻ. പക്ഷേ, ജനക്കൂട്ടത്തെ അക്കമ്മ തിരിച്ച് തമ്പാനൂർ റെയിൽവേ മൈതാനത്തേക്കു മടക്കിക്കൊണ്ടുപോയി. ജാഥാംഗങ്ങൾ തിരിച്ചുപോകുവാൻ ഒരുങ്ങുമ്പോൾ സി ഐ ഡി സുബ്രഹ്മണ്യംപിള്ളയെന്ന പൊലീസുകാരൻ വീണ്ടും ചൂരൽ വടിയുമായി വന്ന് അക്കമ്മയുടെ കാറിൽ ആഞ്ഞടിക്കുവാൻ തുടങ്ങി. ജനങ്ങളെ എങ്ങനെയും പ്രകോപിതരാക്കുവാനുള്ള ശ്രമം അവർ തുടരുകയായിരുന്നു. കൊല്ലം ലോക്കപ്പിൽ കുറേ മാസങ്ങൾക്കു മുമ്പ് ശിവരാജപാണ്ഡ്യൻ മരിക്കാനിടയായത് സുബ്രഹ്മണ്യംപിള്ളമൂലമാണെന്നാണ് കരുതപ്പെട്ടിരുന്നത്. പക്ഷേ, അക്കമ്മയോ സമരഭടന്മാരോ പ്രകോപിതരായില്ല. തികഞ്ഞ അച്ചടക്കത്തോടെ രാത്രി ഏറെ വൈകി ജാഥ തമ്പാനൂർ മൈതാനത്തെത്തി. ഒരു കെട്ടിടത്തിനു മുകളിൽനിന്നും ജാഥ വീക്ഷിച്ച ഇ എം കോപൂർ ഇതേ കുറിച്ച് ഇങ്ങനെ എഴുതുന്നു:

> ജനശക്തിയുടെ ദൃശ്യമായ വേലിയേറ്റം, അജയ്യമായ വേലിയേറ്റം. അക്കമ്മ ചെറിയാനാണ് ആ വെളുത്ത സമുദ്രത്തെ നയിക്കുന്നത്. ഖദർ വേഷവും ഗാന്ധിത്തൊപ്പിയുമണിഞ്ഞ അവർ ഒരു ജീപ്പിൽ എണീറ്റു നില്ക്കുകയാണ്. ഇന്ത്യൻ നാഷണൽ കോൺഗ്രസ് കൊടി ഉയർന്നു പറക്കുന്നു. അധർമ്മത്തെ ചവിട്ടിത്താഴ്ത്തി വിരാജിക്കുന്ന ദുർഗ്ഗാദേവിയെപ്പോലെ അവർ ഉയർന്നു നില്ക്കുകയാണ്. അവരുടെ അളകങ്ങൾ കാറ്റിൽ പാറിപ്പറന്നുകൊണ്ടിരുന്നു. ഏകാധിപത്യത്തിനെതിരെ ഉയർത്തിയ കറുത്ത പതാകകൾപോലെ.

സമരം ശക്തമാക്കുവാൻ തീരുമാനിച്ചുകൊണ്ട് യോഗം പിരിഞ്ഞു. ജയിൻ വിമോചന രേഖയിൽ ഒപ്പുവച്ച മഹാരാജാവ് കൈതമുക്കു വഴി കവടിയാർ കൊട്ടാരത്തിലേക്കും സർ സി പി ഭക്തിവിലാസം കൊട്ടാര

ത്തിലേക്കും പോയി. രാത്രിയിൽ വിമോചിതരായ നേതാക്കന്മാരെ പൊലീസ് വാഹനത്തിൽ വീടുകളിലെത്തിച്ചു. ഈ നേതാക്കന്മാർ കൊട്ടാരമാർച്ചിനെക്കുറിച്ചറിയുന്നതുതന്നെ പിറ്റേദിവസത്തെ പത്രത്തിൽനിന്നാണ്. അടുത്ത ദിവസം, ഒക്ടോബർ 24 ന്, തമ്പാനൂരിൽ വീണ്ടും യോഗം ചേർന്നു. ജയിൽവിമോചിതരായ നേതാക്കളും പങ്കെടുത്തു. ആ യോഗത്തിൽവച്ച് അക്കമ്മ ചെറിയാൻ പ്രസിഡന്റ് പദം പട്ടം താണുപിള്ളയെ തിരിച്ചേല്പിച്ചു. ഈ മാർച്ചോടു കൂടി ഉത്തരവാദഭരണം ലഭ്യമായില്ലെങ്കിലും മൗലികാവകാശങ്ങളെക്കുറിച്ച് ജനത്തെ ബോധവൽക്കരിക്കുവാൻ ഇതോടുകൂടി സാധിച്ചു. പിന്നീട് തിരുവിതാംകൂറിൽ കത്തിപ്പടർന്ന സമരാഗ്നിക്ക് അക്കമ്മ ചെറിയാന്റെ നേതൃത്വത്തിൽ നടന്ന കൊട്ടാരമാർച്ച് തിരികൊളുത്തുകയാണുണ്ടായത്.

6

പൂർണ്ണമായും രാജ്യസേവനത്തിൽ

കൊട്ടാരമാർച്ച് അതീവ ഗംഭീരമായി നയിച്ച അക്കമ്മ ചെറിയാൻ കോൺഗ്രസ് അദ്ധ്യക്ഷസ്ഥാനം തിരിച്ചുനല്കിയെങ്കിലും തന്റെ സ്കൂൾ അദ്ധ്യാപികാ ജോലിയിലേക്കു മടങ്ങിപ്പോയില്ല. തന്നെ ദേശസേവനത്തിനായി അക്കമ്മ പൂർണ്ണമായി സമർപ്പിക്കുകയായിരുന്നു. കൊട്ടാരമാർച്ചിനു ശേഷം നാട്ടിലേക്കു മടങ്ങിയ അക്കമ്മയെ വീരനായികയെ എന്ന പോലെയാണ് സ്വീകരിച്ചത്. കോൺഗ്രസിനുമേലുള്ള നിരോധനം മഹാരാജാവ് നീക്കംചെയ്തതും നേതാക്കന്മാർ ജയിൽമോചിതരായതും സ്വീകരണ പരിപാടികൾ ആവേശകരമാക്കി. കാഞ്ഞിരപ്പള്ളിയിൽ അക്കമ്മയ്ക്കും റോസമ്മയ്ക്കും രാജകീയ വരവേല്പാണു ലഭിച്ചത്. കാഞ്ഞിരപ്പള്ളിയിലെ തെരുവീഥികൾ ആകെ ചുറ്റിക്കറങ്ങിയാണ് ചന്തമൈതാനത്തെ യോഗസ്ഥലത്തെത്തിയത്. കോട്ടയത്ത് നടന്ന സ്വീകരണയോഗത്തിൽ അക്കമ്മ ചെറിയാൻ, മിസിസ് പന്തളം കെ പി, എലിസബത്ത് കുരുവിള എന്നീ വനിതാ സർവ്വാധിപതികളെ ഹംസരഥത്തിലാണ് ആനയിച്ചത്. ജയിൽമോചിതനായ എ കെ ഗോപാലനും യോഗത്തിൽ പങ്കെടുത്തു. അക്കമ്മയുടെ പ്രസംഗം ഉച്ചഭാഷിണി ഇല്ലാത്തതിനാൽ ഉറക്കെ വിളിച്ചു പറഞ്ഞിരുന്നത് എ കെ ജി ആയിരുന്നുവെന്ന് അക്കമ്മ തന്റെ ഓർമ്മ കുറിപ്പുകളിൽ പറഞ്ഞിട്ടുണ്ട്. കോരിച്ചൊരിയുന്ന മഴയത്ത് വൻ ജനാവലിയാണ് സ്വീകരണത്തിൽ പങ്കെടുത്തത്. പാലാ, മൂവാറ്റുപുഴ, ആരക്കുന്നം, പുളിങ്കുന്ന്, എടത്വാ തുടങ്ങിയ വിവിധ കേന്ദ്രങ്ങളിലായാണ് സ്വീകരണയോഗങ്ങൾ നടന്നത്. ആലപ്പുഴ ജില്ലയിലെ ചമ്പക്കുളം, ചേന്നങ്കരി, മങ്കൊമ്പ്, തുടങ്ങിയ സ്ഥലങ്ങളിൽ കെട്ടുവള്ളങ്ങൾക്കു മുകളിൽ പലക നിരത്തിയുണ്ടാക്കിയ വേദികളിലായിരുന്നു സ്വീകരണം.

അറസ്റ്റും തടവും

1938 ഡിസംബർ 22, 23 തീയതികളിൽ തിരുവനന്തപുരം ജില്ലയിലെ വട്ടിയൂർക്കാവിൽ വച്ച് സ്റ്റേറ്റ് കോൺഗ്രസിന്റെ അഖില തിരുവിതാംകൂർ സമ്മേളനം നടത്തുവാൻ തീരുമാനിച്ചു. സമ്മേളനത്തിന്റെ ഭാഗമായി ഒരു വൻ റാലി നടത്തുവാനും നിശ്ചയിച്ചു. ജി ചന്ദ്രശേഖരപിള്ളയെ പുരുഷ വളണ്ടിയർമാരെ സംഘടിപ്പിക്കുവാനും ദേശസേവികസംഘം രൂപീകരിക്കുവാൻ അക്കമ്മ ചെറിയാനെയും ചുമതലപ്പെടുത്തി. ഗ്രാമഗ്രാമാന്തരങ്ങളിൽനിന്നും സ്ത്രീകളെ സംഘത്തിൽ ചേർക്കുന്നതിനുള്ള വ്യാപകമായ പ്രചരണ പരിപാടികൾ നടന്നു. പതിനാറു വയസ്സു മുതൽ 70 വയസ്സുവരെയുള്ളവർ ദേശസേവികമാരാകുവാൻ തയ്യാറായി. കൊട്ടാര മാർച്ചിനു നേതൃത്വം നല്കി വീരപരിവേഷം ലഭിച്ച അക്കമ്മ ചെറിയാന്റെ സാന്നിദ്ധ്യം ദേശസേവികാ സംഘത്തിന്റെ രൂപീകരണത്തിന് സഹായകമായി. അക്കാലത്ത് നൂറുകണക്കിനു യോഗങ്ങളിലാണ് അക്കമ്മ പങ്കെടുത്തത്. റോസമ്മയും ഒപ്പം ഉണ്ടായിരുന്നു. ഒരു താലൂക്കിൽ 50 പേർ എന്ന നിലയിലാണ് ദേശസേവികമാരെ സംഘടിപ്പിച്ചത്. വെള്ള ബ്ലൗസും പച്ചബോർഡർ ഉള്ള കുങ്കുമനിറത്തിലുള്ള സാരിയും ആയിരുന്നു ദേശസേവികമാരുടെ യൂണിഫോം. പട്ടാളച്ചിട്ടയോടെയാണിവർക്കു പരിശീലനം നല്കിയത്. കാഞ്ഞിരപ്പള്ളിയിൽ ആയിരുന്നു പരിശീലന ക്യാമ്പ്. മാർച്ചിങ് സോങ്, പതാകവന്ദനം, പതാക ഉയർത്തൽ, മാർച്ചിങ് ഡ്രിൽ, വളണ്ടിയർ വലയം സൃഷ്ടിക്കൽ, ലാത്തിച്ചാർജ്ജിനെ അഭിമുഖീകരിക്കുവാനുള്ള അടവുകൾ എന്നിവയാണ് പരിശീലനത്തിൽ ഉൾപ്പെട്ടിരുന്നത്. മുഹമ്മദ് യൂസഫ്, ടി എം രാഘവൻ എന്നിവരാണ് സ്ത്രീകൾക്കു പരിശീലനം നല്കിയത്. പ്രമുഖ പത്രങ്ങളിലൂടെ അക്കമ്മ ചെറിയാൻ പ്രസ്താവനകൾ നടത്തിയാണ് സ്ത്രീകളെ രാഷ്ട്രീയ രംഗത്തേക്ക് ആകർഷിച്ചിരുന്നത്. ദേശസേവികമാർക്കു നല്കേണ്ട ശാരീരിക പരിശീലനത്തെകുറിച്ച് അക്കമ്മ വിശദമായ രൂപരേഖ തയ്യാറാക്കിയിരുന്നു. വളണ്ടിയർ സേനയ്ക്കും ദേശസേവികമാർക്കും ഒരേ പരിശീലനമാണ് നല്കിയത്.

തിരുവിതാംകൂർ സ്റ്റേറ്റ് കോൺഗ്രസിന്റെ ചരിത്രത്തിലെ സുപ്രധാന ഏടാണ് വട്ടിയൂർക്കാവ് സമ്മേളനം. വിശദമായ തയ്യാറെടുപ്പുകളാണ് സമ്മേളനവിജയത്തിനായി കോൺഗ്രസ് നടത്തിയത്. അതുകൊണ്ടുതന്നെ സർക്കാരും അതീവ ഗൗരവമായി തന്നെ സമ്മേളനത്തെ കണക്കാക്കി. സമ്മേളനം പൊളിക്കുന്നതിനുള്ള നടപടികൾ സർക്കാരും സ്വീകരിച്ചു. പ്രസിഡന്റ് പട്ടം താണുപിള്ളയെ രാജ്യദ്രോഹക്കുറ്റം ചുമത്തി അറസ്റ്റു ചെയ്യുകയും സമ്മേളനം നിരോധിക്കുകയും ചെയ്തു. സർക്കാരിനെതിരെ പ്രത്യക്ഷസമരം ആരംഭിക്കുന്നതിനുള്ള സമ്മേളനം അംഗീകരിക്കുവാനാവില്ലെന്ന് നിരോധന ഉത്തരവിൽ സർക്കാർ വ്യക്തമാക്കി. പക്ഷേ, നിരോധനം ലംഘിച്ചുകൊണ്ട് കോൺഗ്രസ് സമ്മേളനം നടത്തുകതന്നെ ചെയ്തു. ഉത്തരവാദഭരണത്തിനായുള്ള പ്രമേയം സമ്മേളനം അംഗീകരിച്ചു. പ്രമേയത്തെ അനുകൂലിച്ചുകൊണ്ട് അക്കമ്മ ചെറിയാൻ പ്രസംഗിച്ചു.

ജയിലിലേക്ക്

ഡിസംബർ 24 ന് അക്കമ്മ ചെറിയാനെയും റോസമ്മ ചെറിയാനെയും കാഞ്ഞിരപ്പള്ളിയിലെ വീട്ടിൽനിന്നും അറസ്റ്റു ചെയ്തു. കാഞ്ഞിരപ്പള്ളി എസ് ഐ ഫിലിപ്പാണ് മഫ്തിയിൽ വന്ന് ഒരു ടാക്സി കാറിൽ ഇവരെ തിരുവനന്തപുരത്തേക്കു കൊണ്ടുപോയത്. അക്കമ്മയുടെ സഹോദരൻ തോമാച്ചനും കാറിൽ ഉണ്ടായിരുന്നു. വനിതാ പൊലീസില്ലാത്ത അക്കാലത്ത് രാഷ്ട്രീയത്തടവുകാരികൾക്ക് ഇത്തരം ചില പരിഗണനകൾ അനുവദിച്ചിരുന്നു. ജനങ്ങൾ തിരിച്ചറിയാതിരിക്കുവാനാണ് പൊലീസ് വാഹനം ഒഴിവാക്കിയതെങ്കിലും നാട്ടുകാർ വിവരം മനസ്സിലാക്കി. കാഞ്ഞിരപ്പള്ളി കുരിശുങ്കൽ കവലയിൽ ജനം തടിച്ചു കൂടി നിന്നു. അക്കമ്മ കാറിൽ നിന്നിറങ്ങി ഇവരെ അഭിസംബോധന ചെയ്തശേഷമാണ് യാത്ര തുടർന്നത്. ഇതിനിടയിൽ അക്കമ്മയെ വല്ലാതെ വേദനിപ്പിച്ച ഒരു സംഭവം ഉണ്ടായി. അത് മഹാരാജാവിനു സമർപ്പിച്ച നിവേദനം സ്റ്റേറ്റ് കോൺഗ്രസ് പിൻവലിച്ചതാണ്. അക്കമ്മ നേതൃത്വം നല്കിയ കൊട്ടാരമാർച്ച് ഈ നിവേദനം നല്കുന്നതിനു വേണ്ടിയായിരുന്നു. പതിനായിരങ്ങൾ കടുത്ത ത്യാഗവും യാതനയും സഹിച്ചാണ് നിവേദനം മഹാരാജാവിനു നല്കിയത്. ആ നിവേദനം പിൻവലിക്കുവാൻ തീരുമാനിച്ചത് ജയിലിനുള്ളിൽവച്ച് നേതാക്കന്മാർ കമ്മിറ്റി ചേർന്നായിരുന്നു. പൊലീസിനൊപ്പം തിരുവനന്തപുരത്തേക്കു പോകുംവഴിയിൽ ഭക്ഷണം കഴിക്കുവാൻ ഒരു ഹോട്ടലിൽ കയറിയപ്പോഴാണ് നിവേദനം പിൻവലിക്കുവാൻ തീരുമാനിച്ച വാർത്ത അന്നത്തെ പത്രത്തിൽ കാണുന്നത്. ദിവാൻ സർ സി പി ക്കെതിരെയുന്നയിച്ചിരുന്ന ആരോപണങ്ങൾ മഹാത്മാഗാന്ധിയുടെ ഉപദേശപ്രകാരം പിൻവലിക്കുന്നുവെന്നാണ് ജയിലിൽ ചേർന്ന കമ്മിറ്റി അംഗീകരിച്ച പ്രമേയത്തിൽ പറയുന്നത്. ഗാന്ധിയുടെ നിർബ്ബന്ധം മൂലമാണ് പ്രമേയം പിൻവലിച്ചതെങ്കിലും അക്കമ്മയ്ക്ക് അതിനോട് ഒട്ടും യോജിക്കുവാൻ കഴിഞ്ഞില്ല. സർ സി പി ഇടപെട്ട് പത്രവാർത്തപോലും തെറ്റായരീതിയിലാണ് നല്കിയിരുന്നത്. ജയിലിലെ പീഡനംമൂലം നേതാക്കൾ നിവേദനം പിൻവലിച്ചുവെന്ന തോന്നലാണ് വാർത്ത വായിക്കുന്നവർക്കുണ്ടാകുക. യഥാർത്ഥത്തിൽ സർ സി പി ക്കെതിരായ ചില ആരോപണങ്ങൾ മാത്രമേ പിൻവലിച്ചിരുന്നുള്ളൂ. ആരോപണങ്ങളെല്ലാം തെളിയിക്കാൻ കോൺഗ്രസിനു കഴിയുമെങ്കിലും മഹാത്മാഗാന്ധിയുടെ നിർബ്ബന്ധംമൂലംമാത്രം അവ പിൻവലിക്കുന്നുവെന്ന പ്രസ്താവന പട്ടംതാണുപിള്ള പത്രങ്ങൾക്കു നല്കിയെങ്കിലും ജയിലിൽനിന്നും അതിൽ തിരുത്തുവരുത്തുകയാണുണ്ടായത്. എന്തായാലും ജനങ്ങളുടെ മനസ്സു മനസ്സിലാക്കാതെ ഇത്തരം ഒരു തീരുമാനം എടുത്തത് പൊതുവിൽ അമർഷത്തിനിടയാക്കി. പ്രത്യേകിച്ചും യുവജനങ്ങളിൽ. ജനങ്ങളുടെ മനോവീര്യം അതു തകർത്തതായി അക്കമ്മ കരുതി. നിവേദനം പിൻവലിച്ചിരുന്നില്ലെങ്കിൽ തിരുവിതാംകൂറിന്റെ ചരിത്രം മറ്റൊന്നാകുമായിരുന്നുവെന്നാണ് അക്കമ്മ വിശ്വസിച്ചത്.

ഒരു കൊല്ലത്തെ വെറും തടവും നൂറു രൂപ പിഴയുമാണ് അക്കമ്മയ്ക്കും റോസമ്മയ്ക്കും ലഭിച്ച ശിക്ഷ. പതിനാലു മാസവും ഏഴു ദിവസവും നീണ്ടുനിന്നു അക്കമ്മയുടെ ജയിൽവാസം. നിരോധിച്ച വട്ടിയൂർക്കാവ് സമ്മേളനത്തിൽ പങ്കെടുത്തതിനും ദേശസേവികമാരെ സംഘടിപ്പിച്ചതിനുമായിരുന്നു ശിക്ഷ. അക്കമ്മയും റോസമ്മയും തിരുവനന്തപുരം പൂജപ്പുര സെൻട്രൽ ജയിലിലെത്തിയപ്പോൾ ആനിമസ്ക്രീനും അവിടെയുണ്ടായിരുന്നു. ജയിലിനകത്തേക്കു കയറിയപ്പോൾ പിന്നിൽ തടികൊണ്ടുള്ള ആനവാതിൽ ശബ്ദത്തോടെ അടഞ്ഞപ്പോൾ പുറംലോകവുമായുള്ള എല്ലാ ബന്ധവും വിച്ഛേദിച്ച് ശ്മശാനത്തിൽ എത്തിയതായാണ് തോന്നിയതെന്ന് അക്കമ്മ എഴുതിയിട്ടുണ്ട്. ഇവരെ കണ്ടപ്പോൾ ചോറും പരിപ്പുകറിയും കഴിച്ചുകൊണ്ടിരുന്ന ആനിമസ്ക്രീൻ ഭക്ഷണം മതിയാക്കി ഓടിച്ചെന്ന് അവരെ സ്വീകരിച്ചു. ഇവർ മൂവരും കൂടി സ്വയം പാചകം ചെയ്താണ് ഭക്ഷണം കഴിച്ചിരുന്നത്. രാഷ്ട്രീയത്തടവുകാരായിരുന്നതുകൊണ്ടുള്ള പരിഗണനയായിരുന്നു ഇത്. അതേക്കുറിച്ച് അക്കമ്മ ആത്മകഥയിൽ ഇങ്ങനെ പറയുന്നു:

> മിസ് മസ്ക്രീനായിരുന്നു ഹെഡ്കുക്ക്. മസ്ക്രീൻ പാചകത്തിൽ വിദഗ്ദ്ധയായിരുന്നു. എനിക്കും റോസമ്മയ്ക്കും അടുക്കളപ്പണി ഒന്നുംതന്നെ വശമില്ലായിരുന്നു. അടുക്കളയിൽ കയറ്റി പെൺകുട്ടികളെ മൊരച്ചു കളയരുതെന്ന് ഞങ്ങളുടെ ഇച്ചായൻ അമ്മയോടു പറയാറുണ്ടായിരുന്നതുകൊണ്ട്, അമ്മയ്ക്കു ഞങ്ങളെ പാചകം പഠിപ്പിക്കണമെന്ന് ആഗ്രഹം ഉണ്ടായിരുന്നെങ്കിലും അങ്ങനെ ചെയ്യുവാൻ മുതിർന്നില്ല അങ്ങനെ ഞങ്ങൾ അടുക്കളയിൽനിന്നും അകന്ന ഒരു ജീവിതമാണ് നയിച്ചിരുന്നത്.

ആനി മസ്ക്രീനെ അക്കമ്മ പാചകത്തിൽ സഹായിച്ചിരുന്നുവെങ്കിലും റോസമ്മ തീരെ പാചകത്തിൽ താല്പര്യം കാട്ടിയിരുന്നില്ല. പാത്രം കഴുകൽമാത്രമായിരുന്നു റോസമ്മ ചെയ്തിരുന്നത്. ജയിലിനുള്ളിൽ ചെറുതും വലുതുമായ പല ആവശ്യങ്ങൾക്കും വേണ്ടി ഈ മൂന്നുപേരും സമരംചെയ്തു. പാചകം ചെയ്യുന്നതിനുള്ള മൺകലത്തിനു മുതൽ സ്വന്തം സുരക്ഷിതത്വത്തിനുവരെ ഇവർ നിരാഹാരം ഉൾപ്പെടെയുള്ള സമരരീതികൾ നടത്തി. തടവുകാരികൾക്ക് സോപ്പിനു പകരം ചീവയ്ക്കയാണു കൊടുത്തിരുന്നത്. ജയിൽ സന്ദർശിക്കുന്നതിനും തടവുകാരികളുടെ ക്ഷേമം അന്വേഷിക്കുവാനും വന്നിരുന്ന ഡോ. ശ്രീമതി പുന്നൻ ലൂക്കോസ് ഇടപെട്ടതിനുശേഷമാണ് ഇവർക്ക് സോപ്പു കിട്ടിത്തുടങ്ങിയത്. കാപ്പിപ്പൊടിയും പഞ്ചസാരയും മറ്റും ജയിൽ ജീവനക്കാർക്ക് കൈക്കൂലി കൊടുത്താണ് വാങ്ങിയിരുന്നത്. സർ സി പി യുടെ അമ്മയുടെ ഓർമ്മയ്ക്കായി സ്ഥാപിച്ചിട്ടുള്ള ശ്രീചിത്രാ പുവർ ഹോമിന്റെ നടത്തിപ്പുകാരിയായിരുന്ന രങ്കനായകി അമ്മാൾ സർക്കാരിനുവേണ്ടി ചാരപ്പണി നടത്തു

ന്നതിന് ജയിൽ സന്ദർശിച്ചിരുന്നു. പൊതുവിൽ വലിയ പ്രശ്നങ്ങൾ അക്കമ്മ ഉൾപ്പെടെയുള്ളവർക്ക് അനുഭവിക്കേണ്ടിവന്നില്ലെങ്കിലും മഹാത്മാഗാന്ധി ഇടപെട്ട ഒരു സംഭവം ഉണ്ടായി. എന്നും വൈകിട്ട് അക്കമ്മയും റോസമ്മയും ആനിമസ്ക്രീനും കൂടി ദേശീയഗാനം ആലപിക്കുമായിരുന്നു. തൊട്ടടുത്ത കെട്ടിടത്തിലുള്ള പുരുഷ തടവുകാർ ഇതുകേട്ട് ഉച്ചത്തിൽ 'ജയ്' വിളിക്കും. ഇക്കാര്യം സർ സി പി യുടെ ചെവിയിലും എത്തി. ഒരുദിവസം ഇവർ ദേശീയഗാനം ആലപിക്കുമ്പോൾ കൊലക്കേസ് പ്രതിയായ 'മൂവാറ്റുപുഴ' എന്ന വിളിപ്പേരുള്ള കുഞ്ഞുലക്ഷ്മി എന്ന തടവുകാരി ഉറക്കെ ഇവരെ അസഭ്യം പറയുവാൻ തുടങ്ങി. ജയിൽ സൂപ്രണ്ട് സുബ്രഹ്മണ്യംപിള്ള ഇവരെക്കൊണ്ടത് ചെയ്യിക്കുകയായിരുന്നു. ആദ്യമൊക്കെ അക്കമ്മയും സംഘവും ഇത് അവഗണിച്ചുവെങ്കിലും പിന്നീട് ഇത് സ്ഥിരം പതിവായി. മാത്രമല്ല, പകൽസമയത്തും ഇവർ ഭീഷണിപ്പെടുത്തുവാനും തുടങ്ങി. അന്തരീക്ഷം വഷളാകുന്നുവെന്നും കാര്യങ്ങൾ പന്തിയല്ലെന്നും തോന്നിത്തുടങ്ങി. അടുത്ത കെട്ടിടത്തിൽ സി കേശവൻ, പി ടി പുന്നൂസ്, വി വി വർക്കി, പി ടി ചാക്കോ, വർക്കിച്ചൻ തുടങ്ങിയവർ ഉണ്ട്. എന്ത് അപകടം ഉണ്ടായാലും ഉറക്കെ വിളിക്കണമെന്നവർ നിർദ്ദേശം നല്കിയിട്ടുണ്ട്. ഖദർ സാരി കൂട്ടിക്കെട്ടി മതിലിനു മുകളിലൂടെ ഇട്ടുകൊടുത്താൽ അവരിങ്ങ് എത്താമെന്നും ഉറപ്പു പറഞ്ഞിട്ടുണ്ട്. പക്ഷേ, അർദ്ധരാത്രിയിൽ എന്തെങ്കിലും സംഭവിച്ചാൽ തടവിൽക്കഴിയുന്ന പുരുഷ നേതാക്കന്മാർക്ക് ഒന്നും ചെയ്യാനാവില്ല. അങ്ങനെയാണ് കോടതിയിൽ ഹാജരാക്കിയപ്പോൾ നേതാക്കന്മാരുമായി ആലോചിച്ച് ഒരു പ്രസ്താവന കോടതി മുമ്പാകെ സമർപ്പിച്ചത്. അക്കമ്മയുടെയും റോസമ്മയുടെയും ജീവനും മാനവും അപകടത്തിലാണെന്ന വാർത്ത നാടാകെ പരന്നു. ദേശീയതലത്തിൽത്തന്നെ വലിയ കോളിളക്കം സൃഷ്ടിക്കത്തക്ക വിധത്തിലാണ് വാർത്ത പരന്നത്. പട്ടം താണുപിള്ള ഗാന്ധിക്ക് കമ്പി അടിക്കുകയുംചെയ്തു. ഫെബ്രുവരി 18 ന്റെ *ഹരിജൻ* പത്രത്തിൽ ഗാന്ധി ഇതേക്കുറിച്ച് ഇപ്രകാരം എഴുതി:

> ഒരു രാഷ്ട്രീയത്തടവുകാരിയായ അക്കമ്മ ചെറിയാനോട് മര്യാദകേടായി പെരുമാറിയതിനെപ്പറ്റി വിവരിക്കുന്ന ഒരു കത്ത് എന്റെ മുന്നിലുണ്ട്. അവർ കോടതിയിൽ പ്രസ്താവിച്ചത് ശരിയാണെങ്കിൽ അവരോട് കാണിച്ച മര്യാദകേട് ലജ്ജാകരമാണ്. അവർ സംസ്കാരസമ്പന്നയായ ഒരു സ്ത്രീയാണ്. സ്വാതന്ത്ര്യസമരത്തിൽ പങ്കെടുക്കുവാൻ ഒരു സ്കൂളിലെ ഹെഡ്മിസ്ട്രസ് പദം അവർ ഉപേക്ഷിച്ചു. വിദ്യാസമ്പന്നനായ രാജാവും അഭ്യസ്തവിദ്യയായ അമ്മ മഹാറാണിയും പരിചയസമ്പന്നനായ ദിവാൻജിയും ഭരിക്കുന്നുവെന്നഭിമാനിക്കുന്ന, തിരുവിതാംകൂറുപോലെ പുരോഗതി പ്രാപിച്ചിട്ടുള്ള ഒരു സംസ്ഥാനത്ത് സ്വാതന്ത്ര്യേച്ഛ മൃഗീയ മർദ്ദനംകൊണ്ട് ശ്വാസംമുട്ടിക്കുന്നത് വേദനാജനകമാണ്.

എന്നാൽ, സർ സി പി അസത്യപ്രസ്താവനയിലൂടെ ആരോപണം നിഷേധിക്കുകയാണ് ചെയ്തത്. ഗാന്ധിജിയുടെയും പട്ടം താണുപിള്ള യുടെയും ഇടപെടൽ ഇല്ലായിരുന്നെങ്കിൽ എന്താകുമായിരുന്നു തങ്ങളുടെ അവസ്ഥയെന്ന് ഊഹിക്കാനാവില്ലെന്നാണ് അക്കമ്മ കരുതിയത്.

തുന്നലും പൂന്തോട്ട നിർമ്മാണവും ആയിരുന്നു അക്കമ്മയുടെ ജയിൽജീവിതത്തിൽ സമയം കളയുവാനുള്ള മാർഗ്ഗം. പുരുഷത്തടവു കാർക്ക് മാങ്ങാച്ചമ്മന്തിയരച്ച് ചിരട്ടയ്ക്കകത്തു വെച്ച് പൊതിഞ്ഞു കെട്ടി മതിലിനു മുകളിലൂടെ എറിഞ്ഞു കൊടുക്കുമായിരുന്നുവെന്ന് അക്കമ്മ യുടെ ഓർമ്മക്കുറിപ്പുകളിൽ പറയുന്നുണ്ട്. സ്റ്റേറ്റ് കോൺഗ്രസിനെ സാമ്പ ത്തികമായി സഹായിക്കുന്നത് നാഷണൽ ക്വയിലോൺ ബാങ്കാണെന്ന കാരണത്താൽ ബാങ്ക് ബോധപൂർവ്വം തകർത്ത് സർക്കാർ ലിക്വിഡേറ്ററെ നിയമിച്ചതും ഇക്കാലയളവിലാണ്. അക്കമ്മ പൂജപ്പുരജയിലിൽ കഴിയു മ്പോഴാണ് കെ സി മാമ്മൻ മാപ്പിള, സി പി മാത്തൻ, കെ എം ഈപ്പൻ, കെ പി വർഗ്ഗീസ്, കെ സി ഈപ്പൻ എന്നിവരെയും അവിടേക്കു കൊണ്ടു വന്നത്. പരസ്പരം കാണാതെ മതിലിന് അപ്പുറവും ഇപ്പുറവും നിന്ന് സ്ത്രീപുരുഷതടവുകാർ കുശലം ചോദിക്കുകയും ആശയവിനിയമം നട ത്തുകയും ചെയ്തിരുന്നു.

ദിവാന്റെ ഷഷ്ടിപൂർത്തി വീണ്ടും സമരം

1939 ൽ മഹാരാജാവിന്റെ ജന്മദിനാഘോഷം നടക്കുന്നതിനോടടുത്ത ദിവസംതന്നെയായിരുന്നു സർ സി പി യുടെ ഷഷ്ടിപൂർത്തിയും. രണ്ട് ആഘോഷങ്ങളും കെങ്കേമമായി നടത്താനാണ് സർക്കാർ ആലോചിച്ചത്. എന്നാൽ, സ്റ്റേറ്റ് കോൺഗ്രസ് ഇതിനെതിരെ വമ്പിച്ച പ്രചരണപ്രവർത്ത നങ്ങൾ ആരംഭിച്ചു. ആഘോഷങ്ങളിൽനിന്നും വിട്ടുനില്ക്കുവാൻ പൊതു ജനങ്ങളോട് കോൺഗ്രസ് ആവശ്യപ്പെട്ടു. ഒക്ടോബർ 28-30 തീയതിക ളിൽ നടന്ന പ്രവർത്തക സമിതിയോഗം സമരം കർശനമാക്കുവാൻ തീരു മാനിച്ചു. ദേശസേവികമാരെയും വളണ്ടിയർമാരെയും സംഘടിപ്പിക്കുക, എല്ലാ മാസവും 8-ാം തീയതി പൗരാവകാശദിനമായി ആചരിക്കുക, 16 ന് ഉത്തരവാദഭരണദിനമായും 24 ന് രാഷ്ട്രീയത്തടവുകാരുടെ ദിനമായും ആചരിക്കുക എന്നീ തീരുമാനങ്ങൾ സർക്കാരിനെ ചൊടിപ്പിച്ചു. വീണ്ടും അറസ്റ്റും അടിച്ചമർത്തലുകളും വ്യാപകമായി. പട്ടം താണുപിള്ള, വി കെ വേലായുധൻ, പി കെ കുഞ്ഞ് എന്നിവർ പ്രസിഡന്റ് പദം ഏറ്റെടു ക്കുകയും അറസ്റ്റിലാവുകയും ചെയ്തതിനെത്തുടർന്ന് റോസമ്മ ചെറി യാൻ പ്രസിഡന്റായി. ദിവാന്റെ ജന്മദിനമായ നവംബർ 25 ന് റോസമ്മ മധുരവഴിയുള്ള തീവണ്ടിയിൽ തിരുവനന്തപുരത്തെത്തിയ ഉടൻ അറസ്റ്റു ചെയ്യപ്പെട്ടു. അങ്ങനെ റോസമ്മയും അക്കമ്മയും വീണ്ടും പൂജപ്പുര ജയി ലിൽ ഒരുമിച്ചായി. ആദ്യം റോസമ്മയെ പുത്തൻചന്ത പൊലീസ് സ്റ്റേഷ നിൽ റിമാന്റിൽ വയ്ക്കുകയാണു ചെയ്തത്. അന്ന് സർ സി പി റോസ മ്മയുടെ ചില ബന്ധുക്കളെ അയച്ച് സന്ധിസംഭാഷണത്തിന് ശ്രമം നട

ത്തി. റോസമ്മ കുറേക്കൂടി ചെറുപ്പമായതുകൊണ്ട് പ്രലോഭനത്തിനു വഴങ്ങുമെന്നവർ കരുതി. പക്ഷേ, ശ്രമം പരാജയപ്പെട്ടു. സെൻട്രൽജയിലിൽ കിടക്കുമ്പോഴും ഒരു ബന്ധു സന്ദർശകനാണെന്നമട്ടിൽ അക്കമ്മയെയും റോസമ്മയെയും കാണാൻ വരികയും മാപ്പു പറഞ്ഞ് ജയിലിൽ പുറത്തുവരണമെന്ന് ഉപദേശിക്കുകയും ചെയ്തു. എന്നാൽ അക്കമ്മയ്ക്കും റോസമ്മയ്ക്കും അങ്ങനെ ഒരു കാര്യത്തെ കുറിച്ച് ചിന്തിക്കുവാൻപോലും കഴിയുമായിരുന്നില്ല. ദിവാന്റെ ഷഷ്ടിപൂർത്തി പ്രമാണിച്ച് ധാരാളം സ്വീകരണങ്ങളും വിരുന്നു സൽക്കാരങ്ങളും നടന്നുവരുന്നുണ്ടായിരുന്നു. കത്തോലിക്കാ ബിഷപ്പുമാർ നല്കിയ സ്വീകരണമായിരുന്നു ഏറ്റവും ഗംഭീരം. സർ സി പി ക്കുള്ള മംഗളപത്രം സമർപ്പിച്ചത് അക്കമ്മയുടെ അച്ഛന്റെ ജ്യേഷ്ഠൻ ഡൊമിനിക് മംഗളപത്രം വായിച്ചത് അദ്ദേഹത്തിന്റെ മകൻ ഡൊമിനിക് തൊമ്മനുംജോസഫുമാണ്. തങ്ങൾക്കു പിതൃതുല്യനായ വ്യക്തിയെകൊണ്ടിതു ചെയ്യിച്ചത് തങ്ങളോടുള്ള വൈരാഗ്യം തീർക്കാനാണെന്നു തന്നെ അക്കമ്മയും റോസമ്മയും കരുതി. ഈ സ്വീകരണ പരിപാടിയെത്തുടർന്ന് മാർ ഇവാനിയോസ് തിരുമേനിയോടുപോലും അക്കമ്മയ്ക്കു കടുത്ത പ്രതിഷേധം ഉണ്ടായി. പിന്നീട് ഒരിക്കൽ ക്രൈസ്തവ എം എൽ എ മാർക്ക് മാർ ഇവാനിയോസ് തിരുമേനി ഒരു വിരുന്നുസൽക്കാരം നല്കിയപ്പോൾ അക്കമ്മ മാത്രം പങ്കെടുത്തില്ല. മറ്റൊരിക്കൽ ഒരു വിവാഹസൽക്കാരവേളയിൽ എല്ലാവരും ആചാരപരമായി തിരുമേനിയുടെ കൈ മുത്തിയപ്പോൾ അക്കമ്മയും റോസമ്മയുംമാത്രം അതു ചെയ്തില്ല. മംഗളപത്രവാർത്ത തടവിൽ കിടന്നുകൊണ്ടാണ് അക്കമ്മ അറിഞ്ഞത്. ആനിമസ്ക്രീൻ പത്രം വായിച്ചു കേട്ടപ്പോൾ നെഞ്ചിൽ കഠാര ഇറക്കിയതുപോലെ തോന്നിയെന്ന് അക്കമ്മ ഓർമ്മക്കുറിപ്പിൽ പറയുന്നു.

7

ക്വിറ്റ് ഇന്ത്യാ സമരം

ആയിരത്തിത്തൊള്ളായിരത്തി നാല്പത് - നാല്പത്തിരണ്ട് തിരുവിതാംകൂറിലെ സ്റ്റേറ്റ് കോൺഗ്രസിന്റെ മാന്ദ്യകാലമായിരുന്നു. നിവേദനം പിൻവലിച്ചത് യുവാക്കളിൽ രോഷം ജ്വലിപ്പിച്ചു. നേതാക്കന്മാരൊക്കെ ജയിലിൽനിന്നും പുറത്തുവന്നപ്പോൾ സംഘടന നിശ്ചലമായിരുന്നു. പൊലീസ് മർദ്ദനത്താൽ പലരും രോഗികളായി. സാമ്പത്തികഞെരുക്കം സ്റ്റേറ്റ് കോൺഗ്രസിനെ പ്രതിസന്ധിയിലാക്കി. പലയിടങ്ങളിലും പട്ടിണിജാഥ നടന്നു. ജാഥയ്ക്കു നേരെയും ക്രൂരമായ പൊലീസ് പീഡനം ഉണ്ടായി. ഖാദിയും നൂൽനൂൽപ്പിലും ഗ്രാമോദ്ധാരണ പ്രവർത്തനങ്ങളിലും മറ്റുമായി സ്റ്റേറ്റ് കോൺഗ്രസിന്റെ ശ്രദ്ധ. അക്കമ്മ ചെറിയാൻ ഇത്തരം പ്രവർത്തനങ്ങൾ ഏറ്റെടുക്കുകയും സ്തുത്യർഹമായ രീതിയിൽ നടപ്പാക്കുകയും ചെയ്തു.

1942 ആഗസ്ത് 7, 8 തീയതികളിൽ ബോംബെ എ ഐ സി സി യോഗം 'ക്വിറ്റ് ഇന്ത്യ' പ്രമേയം അംഗീകരിച്ചു. ദില്ലിയിൽ ചേർന്ന അഖിലേന്ത്യാ നാട്ടുരാജ്യപ്രജാസമ്മേളനം ഏപ്രിൽ 19 ന് അഖിലേന്ത്യാ നാട്ടുരാജ്യദിനമായി ആചരിക്കുവാൻ ആഹ്വാനംചെയ്തു. സമ്മേളനത്തിൽ പങ്കെടുത്ത പട്ടം താണുപിള്ള മടങ്ങിവന്ന് തിരുവിതാംകൂറിലും ദിനാചരണം നടത്താൻ തീരുമാനിച്ചു. തുടർന്ന് പട്ടം താണുപിള്ള വീണ്ടും അറസ്റ്റിലായി. അക്കമ്മ ചെറിയാനെ ആക്ടിങ് പ്രസിഡന്റായി പ്രവർത്തക സമിതി തെരഞ്ഞെടുത്തു. ക്വിറ്റിന്ത്യാ സമരം നാട്ടുരാജ്യങ്ങൾ ഉൾപ്പെടെയുള്ള ഇന്ത്യയുടെയാകെ വിമോചനത്തിനുവേണ്ടിയാണെന്ന സുപ്രധാന തീരുമാനം അക്കമ്മയുടെ അദ്ധ്യക്ഷതയിൽ ചേർന്ന യോഗം അംഗീകരിച്ചു. കോൺഗ്രസിനകത്തെ സോഷ്യലിസ്റ്റു ചിന്താഗതിക്കാർ ക്വിറ്റ് ഇന്ത്യാ സമരത്തെ അനുകൂലിച്ചില്ല. പി കൃഷ്ണപിള്ള, കെ സി ജോർജ്ജ്, കെ ദാമോദരൻ എന്നിവരുടെ നേതൃത്വത്തിൽ റാഡിക്കൽ യൂത്ത് ലീഗ് രൂപീ

കരിച്ചു. കോൺഗ്രസ് തീരുമാനം അംഗീകരിക്കാത്തവർ പുറത്തു പോകണമെന്ന് അക്കമ്മ ആവശ്യപ്പെട്ടു. പി ടി പുന്നൂസ് ഉൾപ്പെടെയുള്ളവരോട് അക്കമ്മ പാർട്ടി നിലപാട് അറിയിച്ചു. ഔദ്യോഗികസ്ഥാനങ്ങൾ പി ടി പുന്നൂസ് രാജിവച്ചു.

ക്വിറ്റിന്ത്യാ സമരകാലത്ത് എ ഐ സി സി അംഗമായ ജി രാമചന്ദ്രന്റെ ഭാര്യ ഡോ. സൗന്ദരവുമൊത്ത് അക്കമ്മ ചെറിയാൻ തെക്കൻ തിരുവിതാംകൂറിൽ ദീർഘമായ യാത്രകൾചെയ്ത് സ്ത്രീകളെ സംഘടിപ്പിച്ചു. ഡോ. സൗന്ദരവുമായി അക്കമ്മയ്ക്ക് ഹൃദ്യമായ സൗഹൃദമാണുണ്ടായിരുന്നത്. നെയ്യാറ്റിൻകര, തക്കല, നാഗർകോവിൽ തുടങ്ങിയ സ്ഥലങ്ങളിൽ യാത്രചെയ്ത് തിരുവനന്തപുരത്തെത്തിയ ഡോ. സൗന്ദരവും അക്കമ്മയും സി നാരായണപിള്ളയുടെ ഭാര്യ സരസ്വതി അമ്മ നടത്തി വന്നിരുന്ന ഖദർ സ്റ്റാളിലിരിക്കുമ്പോൾ വീണ്ടും അറസ്റ്റിലായി. ഇൻസ്പെക്ടർ ഗാഫർ ഖാൻ ആണ് ഇവരെ അറസ്റ്റു ചെയ്തത്. ഡോ. സൗന്ദരത്തെ തിരുവിതാംകൂർ അതിർത്തി കടത്തിവിട്ടു. അക്കമ്മയെ ആദ്യം പാളയം പൊലീസ് സ്റ്റേഷനിലേക്കും പിന്നീട് നേമം സ്റ്റേഷനിലേക്കും കൊണ്ടുപോയി. നേമത്തെ വൃത്തിയുള്ള ലോക്കപ്പുമുറിയിൽ കിടന്ന് അക്കമ്മ സുഖമായി ഉറങ്ങി. കരുതൽ തടങ്കലിലായിരുന്നു അക്കമ്മ. ശാരീരിക പീഡനങ്ങൾ പൊലീസിൽനിന്നും അക്കമ്മയ്ക്ക് ഏല്ക്കേണ്ടിവന്നിട്ടില്ല. എല്ലാവരും വളരെ മാന്യമായാണ് അക്കമ്മയോട് പെരുമാറിയിരുന്നത്. പക്ഷേ, വായുസഞ്ചാരം ഇല്ലാത്ത മുറിയിലെ താമസവും മോശപ്പെട്ട ഭക്ഷണവും മറ്റും അക്കമ്മയുടെ ആരോഗ്യം തകർത്തു. ഡോ. സൗന്ദരത്തിന്റെ നിർദ്ദേശപ്രകാരം ഡോ. കൃഷ്ണ അക്കമ്മയെ പരിശോധിക്കുകയും ഹൃദയത്തിനു തകരാറുള്ളതായി കണ്ടെത്തുകയുംചെയ്തു. പൂർണ്ണ വിശ്രമം ആണ് ഡോക്ടർ അക്കമ്മയ്ക്കു നിർദ്ദേശിച്ചത്. സെൻട്രൽ ജയിലിലേക്കു തന്നെ മാറ്റണമെന്നുമാത്രമാണ് അക്കമ്മ സർക്കാരിനോട് ആവശ്യപ്പെട്ടത്. അനാരോഗ്യംമൂലമെങ്കിലും നിരുപാധികം വിട്ടയക്കണമെന്ന് അക്കമ്മ ആവശ്യപ്പെടുമെന്ന് സർക്കാർ കരുതിയിരുന്നു. സെൻട്രൽ ജയിലിൽ അക്കമ്മ എത്തിയപ്പോൾ അവിടെ പട്ടം താണുപിള്ള, ആനിമസ്ക്രീൻ, ഇ ജോൺ ഫിലിപ്പോസ്, വി വി വർക്കി, സി കേശവൻ, കെ രാമകൃഷ്ണപിള്ള, പൊന്നറ ശ്രീധർ തുടങ്ങിയവരുണ്ടായിരുന്നു. 1943 മാർച്ച് അവസാനം അക്കമ്മയെ മോചിപ്പിച്ചു. അക്കമ്മ ഡോക്ടറുടെ നിർദ്ദേശപ്രകാരം കൊടൈക്കനാലിലേക്കാണു പോയത്. വിശ്രമത്തിനായാണ് പോയതെങ്കിലും അവിടെവച്ച് അന്താരാഷ്ട്ര പ്രശസ്തയായ ശിശുവിദ്യാഭ്യാസ വിദഗ്ദ്ധ മറിയ മൊണ്ടിസോറിയെ പരിചയപ്പെടാൻ കഴിഞ്ഞു. അവരുടെ ക്ലാസിൽ ഇരിക്കുവാനും അവരുടെ പുത്തൻ വിദ്യാഭ്യാസരീതി പരിചയപ്പെടുവാനും അക്കമ്മയ്ക്കു കഴിഞ്ഞു. അവർ നല്കിയ സർട്ടിഫിക്കറ്റ് അക്കമ്മ അവസാനംവരെയും സൂക്ഷിച്ചു വച്ചിരുന്നു. പട്ടം താണുപിള്ളയുമായുള്ള കത്തിടപാടുകളിലൂടെ നാട്ടിലെ രാഷ്ട്രീയ വിശേഷങ്ങൾ അക്കമ്മ കൃത്യമായി അറിഞ്ഞുകൊണ്ടിരുന്നു.

കൊടൈക്കനാലിൽനിന്നും 1943 ഡിസംബറിൽ അക്കമ്മ കാഞ്ഞിരപ്പള്ളിയിലേക്കു മടങ്ങി വന്നു. അപ്പോഴേക്കും നിയമസഭാ തിരഞ്ഞെടുപ്പിന്റെ പ്രചരണം കൊടുമ്പിരിക്കൊണ്ടിരുന്നു. അക്കമ്മ തിരഞ്ഞെടുപ്പു പ്രവർത്തനത്തിൽ സജീവമായി. സ്റ്റേറ്റ് കോൺഗ്രസ് കടുത്ത വെല്ലുവിളികളാണ് തിരഞ്ഞെടുപ്പുമായി ബന്ധപ്പെട്ട് നേരിട്ടത്. പൊലീസും പട്ടാളവും ഭീകരാന്തരീക്ഷം സൃഷ്ടിച്ചു. സർക്കാർ സംവിധാനം പൂർണ്ണമായും ഉപയോഗിച്ച് എൻ എസ് എസ്, എസ് എൻ ഡി പി, കത്തോലിക്കാ കോൺഗ്രസ് തുടങ്ങിയ കക്ഷികൾ പ്രചരണം നടത്തി. നിയമസഭയിൽ സ്റ്റേറ്റ് കോൺഗ്രസിന് ഭാഗിക പങ്കാളിത്തം ലഭിച്ചു.

'അമേരിക്കൻ മോഡൽ' വിവാദം

ദിവാന് അമേരിക്കൻ പ്രസിഡന്റിന് തുല്യമായ അവകാശം നല്കുന്ന പുതിയ ഭരണപരിഷ്കാരത്തിന് 1946 ൽ സർ സി പി ശ്രമിച്ചു. ഇത് വീണ്ടും പ്രതിഷേധം ആളിക്കത്തിച്ചു. പുന്നപ്ര വയലാർ സമരം ഉൾപ്പെടെ ജനങ്ങൾ പ്രക്ഷോഭരംഗത്തിറങ്ങി. വെടിവെപ്പിൽ നിരവധി പേർ കൊല്ലപ്പെട്ടു. ജാഥയും പതാകയും നിരോധിച്ചു. ഇതിനൊപ്പംതന്നെ സർ സി പിയുടെ വിദ്യാഭ്യാസദേശസാല്ക്കരണ പരിപാടിയും എതിർപ്പ് ക്ഷണിച്ചു വരുത്തി. അക്കമ്മ സർ സി പി യുടെ വിദ്യാഭ്യാസനയത്തിനെതിരെ രംഗത്തിറങ്ങി. തിരുവിതാംകൂറിലെ മൂന്നു ജില്ലകളിലും അക്കമ്മ പ്രസംഗിക്കുന്നത് സർക്കാർ നിരോധിച്ചു. 1946 ആഗസ്ത് 9 ന് അക്കമ്മയെ കഠിന തടവിന് ശിക്ഷിച്ചു. 8 മാസത്തെ തടവിനുശേഷം അക്കമ്മ ജയിൽമോചിതയായി. രണ്ടാം ലോകമഹായുദ്ധം അവസാനിക്കുകയും സ്വാതന്ത്ര്യസമരം വീണ്ടും ശക്തമാകുകയുംചെയ്തു. 1947 ആഗസ്ത് 15 ന് ബ്രിട്ടീഷുകാർ ഇന്ത്യ വിട്ടുപോകുന്നതോടെ തിരുവിതാംകൂർ സ്വതന്ത്രപരമാധികാര രാജ്യമാകുമെന്ന് ദിവാൻ സർ സി പി പ്രഖ്യാപിച്ചു. എല്ലാ നാട്ടുരാജ്യങ്ങളും ഇന്ത്യൻ യൂണിയനിൽ ലയിക്കണമെന്ന വൈസ്രോയി മൗണ്ട്ബാറ്റൺ പ്രഭുവിന്റെ ആവശ്യം തിരുവിതാംകൂർ, ഭോപ്പാൽ, ഹൈദരാബാദ് എന്നീ നാട്ടുരാജ്യങ്ങൾ അംഗീകരിച്ചില്ല. സംയോജന കരാറിൽ ഒപ്പു വയ്ക്കുന്നില്ലെന്ന് തിരുവിതാംകൂർ മഹാരാജാവ് വൈസ്രോയിയെ അറിയിച്ചു. സർ സി പി പത്രപ്രസ്താവനകളിലൂടെ തങ്ങളുടെ നിലപാട് അറിയിച്ചുകൊണ്ടിരുന്നു.

സ്റ്റേറ്റ് കോൺഗ്രസ് സർ സി പിക്കെതിരായ അന്തിമ സമരത്തിനുള്ള തയ്യാറെടുപ്പിലായിരുന്നു. ചങ്ങനാശ്ശേരി താലൂക്കിലെ സർവ്വാധിപതിയായി അക്കമ്മ ചെറിയാനെയാണ് നിയമിച്ചത്. അക്കമ്മയുടെ കാഞ്ഞിരപ്പള്ളിയിലെ വീടായ നിലയ്ക്കൽ ബംഗ്ലാവിൽ ചേർന്ന യോഗമാണ് സർവ്വാധിപതികളെ തെരഞ്ഞെടുത്തത്. അക്കാലത്ത് കാഞ്ഞിരപ്പള്ളി സ്റ്റേറ്റ് കോൺഗ്രസ് ഓഫീസ് നിലയ്ക്കൽ ബംഗ്ലാവായിരുന്നു. വിദ്യാർത്ഥികൾക്കിടയിൽ സ്റ്റേറ്റ് കോൺഗ്രസ് പ്രവർത്തനം വ്യാപിപ്പിക്കുവാനും വളണ്ടിയർ ക്യാമ്പുകൾ നടത്തുവാനും യോഗം തീരുമാനിച്ചു. വിദ്യാർത്ഥി

യോഗങ്ങളിൽ സ്ഥിരം പ്രാസംഗികയായിരുന്നു അക്കമ്മ. സ്വതന്ത്ര തിരുവിതാംകൂർ തീരുമാനം നടപ്പിലാക്കുന്നതിനുള്ള വിവിധ തന്ത്രങ്ങൾ സർ സി പി യും പയറ്റിത്തുടങ്ങി. സ്റ്റേറ്റ് കോൺഗ്രസ് യോഗങ്ങൾ നിരോധിച്ചുകൊണ്ട് അടിച്ചമർത്തൽ സർ സി പി തുടർന്നു.

ഈ സംഭവവികാസങ്ങൾക്കിടയിലാണ് ജൂലൈ 25 ന് സർ സി പിക്കു നേരെ വടിവാൾ ആക്രമണം നടന്നത്. തിരുവിതാംകൂറിൽമാത്രമല്ല രാജ്യമാകെത്തന്നെ ഞെട്ടിയ സംഭവമായിരുന്നു അത്. തിരുവനന്തപുരം മ്യൂസിക് കോളേജിൽ സ്വാതിതിരുനാൾ ശതവൽസരാഘോഷ പരിപാടികൾ മഹാരാജാവ് ഉദ്ഘാടനം ചെയ്തശേഷം കാറിലേക്ക് കയറുവാൻ സർ സി പി തുടങ്ങുമ്പോൾ ഇരുട്ടിൽ ഒരാൾ വടിവാളുകൊണ്ടു വെട്ടുകയായിരുന്നു. തിരിച്ചറിയുന്നതിനു മുമ്പ് അയാൾ ഓടി രക്ഷപ്പെട്ടു. കെ സി എസ് മണിയാണ് വെട്ടിയതെന്ന് പിന്നീടാണ് വെളിപ്പെട്ടത്.

സർ സി പി ക്കു വെട്ടേറ്റതിനെത്തുടർന്ന് സ്റ്റേറ്റ് കോൺഗ്രസ് നേതാക്കൾ മുഴുവനും അറസ്റ്റിലായി. സ്റ്റേറ്റ് കോൺഗ്രസ് ആസൂത്രിതമായി നടത്തിയ ആക്രമണമാണെന്നായിരുന്നു സർക്കാർ കരുതിയത്. അക്കമ്മ ചെറിയാനും അറസ്റ്റിലായി. എസ് ഐ പറഞ്ഞാണ് സർ സി പി ക്കു വെട്ടേറ്റ വിവരം അറിഞ്ഞതെന്നാണ് അക്കമ്മ ആത്മകഥയിൽ രേഖപ്പെടുത്തിയിരിക്കുന്നത്.

സ്റ്റേറ്റ് കോൺഗ്രസ് ഇത്തരത്തിലൊരു ആലോചന ഔദ്യോഗികമായി നടത്തിയിട്ടില്ലെന്ന് അക്കമ്മയ്ക്ക് ബോദ്ധ്യമുണ്ടായിരുന്നു. തുടർന്നുള്ള മാസങ്ങളിൽ സ്റ്റേറ്റ് കോൺഗ്രസിന്റെ യോഗങ്ങളുടെമേലുള്ള നിരോധനം നീക്കി. ആഗസ്ത് 13 ന് ഇന്ത്യൻ യൂണിയനിൽ ചേരുവാനുള്ള കരാറിൽ മഹാരാജാവ് ഒപ്പുവച്ചു. 1947 ആഗസ്ത് 19 ന് സർ സി പി ദിവാൻപദം ഉപേക്ഷിച്ച് ദില്ലിക്കു പോയി. 1947 സെപ്തംബർ 4 ന് ജനാഭിലാഷം മാനിച്ച് ഭരണാധികാരം ജനങ്ങൾക്കു കൈമാറുന്നതായി മഹാരാജാവ് പ്രഖ്യാപിച്ചു. 1948 മാർച്ച് 24 ന് നിലവിൽ വന്ന ജനകീയ നിയമസഭയിൽ അക്കമ്മ അംഗമായിരുന്നു. 1951 വരെ തിരുവിതാംകൂർ നിയമസഭയിലും പിന്നീട് തിരു-കൊച്ചി നിയമസഭയിലും അക്കമ്മ അംഗമായിരുന്നു.

8

'1114 നുശേഷം'

തിരുവിതാംകൂർ സ്വതന്ത്രമായി. പതിനായിരങ്ങളുടെ ത്യാഗോജ്ജ്വലമായ പരിശ്രമങ്ങൾക്കു ഫലം ഉണ്ടായി. സ്വതന്ത്രഭാരതത്തിന്റെ ഭാഗമായി തിരുവിതാംകൂറും മാറി. അക്കമ്മ ചെറിയാനെപ്പോലെയുള്ളവരുടെ സ്വപ്നം സാക്ഷാൽക്കരിക്കപ്പെട്ടു. എന്നാൽ, അക്കമ്മ നിരാശയുടെ അഗാധഗർത്തത്തിലേക്ക് ആണ്ടുപോയത് വളരെ പെട്ടെന്നാണ്. അധികാരം ലഭിച്ചതോടെ കോൺഗ്രസിലെ പല നേതാക്കന്മാർക്കും ഉണ്ടായ മാറ്റം അക്കമ്മയെ വേദനിപ്പിച്ചു. ഗാന്ധിയൻ ആദർശങ്ങൾ മറന്ന നേതാക്കന്മാർ അധികാരത്തിന്റെ അപ്പക്കഷണങ്ങൾക്കു വേണ്ടി കടിപിടികൂടുന്നതാണ് ജനം കണ്ടത്. ഏറ്റവും സാഹസികമായി, രാജ്യസ്നേഹത്താൽ പ്രചോദിതരായി സമരാഗ്നിയിലേക്ക് എടുത്തുചാടിയ സ്ത്രീകളെ സ്റ്റേറ്റ് കോൺഗ്രസ് തഴഞ്ഞു. അധികാര വടംവലിയിൽ സ്ത്രീകൾ പുറത്തായി. സ്വാർത്ഥ താല്പര്യത്തോടെ വർഗ്ഗീയ ശക്തികൾക്ക് കീഴടങ്ങിക്കൊടുക്കുന്ന നേതാക്കന്മാരെ അക്കമ്മയ്ക്ക് പുച്ഛമായിരുന്നു. *1114 ന്റെ കഥ* പ്രസിദ്ധീകരിച്ചശേഷം '1114 നു ശേഷം' എന്ന ഒരു പുസ്തകത്തിനുള്ള തയ്യാറെടുപ്പിലായിരുന്നു അക്കമ്മ. അതു പക്ഷേ പ്രസിദ്ധീകൃതമായത് 2011 ൽ മാത്രമാണ്. തന്റെ അനുഭവങ്ങൾ അക്കമ്മ സത്യസന്ധമായി കുറിച്ചു വച്ചിരുന്നു. ആ കുറിപ്പുകൾ തുടങ്ങുന്നത് ഇങ്ങനെയാണ്:

> ഞാൻ രാഷ്ട്രീയം മടുത്തു. രാജ്യസേവനത്തിൽനിന്നും എനിക്കു ലഭിച്ച അനുഭവങ്ങൾ കയ്പ്പേറിയവയാണ്. സമരസമയത്ത് സ്ത്രീകളെ മുൻപന്തിയിലേക്ക് തള്ളിവിട്ടവർ സ്ഥാനമാനങ്ങൾ വന്നപ്പോൾ അവരെ തട്ടിമറിച്ചിട്ടുകൊണ്ട് മുന്നേറി.

അധികാരത്തിനായി ഒരിക്കലും അക്കമ്മ മോഹിച്ചിട്ടില്ല. സ്ഥാനമാ

നങ്ങൾക്കു വേണ്ടി ആരുടെ മുന്നിലും പോയി ഓച്ഛാനിച്ചു നിന്നിട്ടുമില്ല. അഭിമാനത്തെ ഏറ്റവും പ്രധാന മൂല്യമായാണ് അക്കമ്മ കരുതിയത്. പക്ഷേ, കോൺഗ്രസ് നേതാക്കന്മാരിൽനിന്നും കടുത്ത അവഹേളനമാണ് തനിക്കു നേരിടേണ്ടി വന്നതെന്ന് അക്കമ്മ സ്വന്തം കൈപ്പടയിലെഴുതിയ ഓർമ്മക്കുറിപ്പുകളിൽ പറഞ്ഞിട്ടുണ്ട്.

പക്ഷേ, മന്ത്രിസ്ഥാനം വാഗ്ദാനം ചെയ്തുകൊണ്ട് അക്കമ്മയെ രണ്ടു തവണ കാഞ്ഞിരപ്പള്ളിയിൽനിന്നും തിരുവനന്തപുരത്തേക്കു വിളിച്ചു വരുത്തിയശേഷം അപമാനിച്ചു പറഞ്ഞുവിട്ടു. പട്ടം താണുപിള്ള മുഖ്യമന്ത്രിയായിരുന്ന ആദ്യമന്ത്രിസഭ വിപുലപ്പെടുത്താൻ തീരുമാനിച്ചപ്പോഴാണ് അക്കമ്മയെ ആദ്യം തിരുവനന്തപുരത്തേക്കു വിളിപ്പിച്ചത്. പാർട്ടി എക്സിക്യൂട്ടീവ് യോഗത്തിനുശേഷം പട്ടം അക്കമ്മ ചെറിയാന്റെയരുകിലെ കസേരയിൽ വന്നിരുന്ന് എന്തോ പറയാൻ ഭാവിച്ചു. പെട്ടെന്ന് ഒരാൾ വന്ന് പട്ടത്തെ അകത്തേക്കു വിളിപ്പിച്ചു. മടങ്ങിവന്ന പട്ടം പിന്നീടൊന്നും അക്കമ്മയോടു സംസാരിച്ചില്ല. മന്ത്രിസ്ഥാനത്തേക്ക് അപ്പോഴേക്കും മറ്റൊരാൾ തീരുമാനിക്കപ്പെട്ടിരുന്നു. ഇതേക്കുറിച്ച് പുതുപ്പള്ളി രാഘവൻ തന്റെ *വിപ്ലവസ്മരണകൾ* എന്ന ആത്മകഥയിൽ പറയുന്നത് പി ടി ചാക്കോ ആണ് അക്കമ്മയുടെ മന്ത്രിസ്ഥാനം തെറിപ്പിച്ചതെന്നാണ്. ജയിലിൽനിന്നും അക്കമ്മ പി ടി ചാക്കോയ്ക്ക് അയച്ച കത്തിൽ പട്ടം താണുപിള്ളയേക്കാൾ നേതൃത്വഗുണം കുമ്പളത്തു ശങ്കുപ്പിള്ള്യ്ക്കാണെന്ന് അഭിപ്രായപ്പെട്ടിരുന്നുവെന്നും ആ കത്ത് പട്ടത്തെ ചാക്കോ തക്കസമയത്തു കാണിച്ചുവെന്നും പുതുപ്പള്ളി പറയുന്നു. ആ കത്ത് അക്കമ്മയുടെ മുന്നിലേക്കു വലിച്ചെറിഞ്ഞ് 'നിങ്ങൾക്കു പോകാം'. എന്ന് പട്ടം ആക്രോശിച്ചു എന്നും പുതുപ്പള്ളി പറയുന്നു. പിന്നീട് മന്ത്രിസഭ രാജിവെച്ചപ്പോഴും പുതിയ പാർട്ടി നേതാവിനെയും മന്ത്രിമാരെയും തെരഞ്ഞെടുക്കുന്നത് സംബന്ധിച്ച ചർച്ചകൾ നടന്നു. പലരും പല സമവാക്യങ്ങൾക്കനുസരിച്ച് മന്ത്രിമാരെ നിർദ്ദേശിക്കുന്നുണ്ടായിരുന്നു. എന്നാൽ, സി കേശവനെ മുഖ്യമന്ത്രിയാക്കുന്നതിന് അക്കമ്മയാണ് താല്പര്യം കാട്ടിയത്. കേശവൻ പിന്നീട് മന്ത്രിസഭാവികസനഘട്ടത്തിൽ അക്കമ്മയെ വിളിപ്പിച്ചു. അക്കമ്മ തിരുവനന്തപുരത്തെത്തിയെങ്കിലും അന്നവിടെ മന്ത്രിസ്ഥാനത്തെച്ചൊല്ലിയുള്ള വൻ കോലാഹലം കണ്ട് അക്കമ്മ പെട്ടെന്നുതന്നെ നാട്ടിലേക്കു മടങ്ങുകയായിരുന്നു. കേശവനെ മുഖ്യമന്ത്രിയായി നിർദ്ദേശിച്ചത് തന്റെ മനഃസാക്ഷിയിൽ തോന്നിയതുകൊണ്ടു മാത്രമായിരുന്നുവെന്നും തനിക്കു മന്ത്രിയാകാൻ വേണ്ടിയായിരുന്നില്ലെന്നും അക്കമ്മ *1114 ന് ശേഷം* എന്ന പുസ്തകത്തിൽ വ്യക്തമാക്കുന്നുണ്ട്. എന്നാൽ, മറ്റെല്ലാ പരിഗണനകൾക്കും അപ്പുറത്ത് സമുദായ താല്പര്യത്തിനു മുൻഗണന കൊടുക്കുന്ന കോൺഗ്രസ് നേതാക്കളുടെ മാറ്റം അക്കമ്മയെ അസ്വസ്ഥയാക്കി. ദേശീയ സ്വാതന്ത്ര്യസമരകാലഘട്ടത്തിൽ യാതൊരു ത്യാഗത്തിനും തയ്യാറാകാതിരുന്ന പലരും സജീവരാഷ്ട്രീയം തുടങ്ങി. അക്കമ്മ ചെറിയാനെ അവർ തങ്ങളുടെ വളർച്ചയ്ക്കു തടസ്സമായാണ് കണക്കാ

ക്കിയത്. അതുകൊണ്ടുതന്നെ അവർ അക്കമ്മെക്കെതിരെ പലതരം ആരോപണങ്ങളുയർത്തുകയും അപവാദപ്രചരണം നടത്തുകയും ചെയ്തു. അതിൽ ഏറ്റവും പ്രധാനം അക്കമ്മ രഹസ്യമായി കമ്മ്യൂണിസ്റ്റുകാരെ സഹായിക്കുന്നു എന്നതാണ്. അക്കമ്മയുടെ സഹോദരി റോസമ്മയും ഭർത്താവ് പി ടി പുന്നൂസും കമ്മ്യൂണിസ്റ്റുകാരാണെന്നതാണ് ഈ ആരോപണത്തിന്റെ അടിസ്ഥാനം. റോസമ്മ പുന്നൂസ് മദ്രാസ് ആശുപത്രിയിൽ പ്രസവിച്ചു കിടക്കുമ്പോഴും കുട്ടികളുടെ ജ്ഞാനസ്നാനത്തിനും അക്കമ്മ പോയതാണിതിന് തെളിവായി പറയുന്നത്. അന്ന് പുന്നൂസ് ഒളിവിലാണ്. ചേച്ചി എന്ന നിലയിൽ അക്കമ്മ ചെയ്ത കാര്യങ്ങൾ കണക്കിലെടുത്തുകൊണ്ട് അക്കമ്മയെ കോൺഗ്രസിലെ രഹസ്യങ്ങൾ ചോർത്തിക്കൊടുക്കുന്ന ചാരയായിപ്പോലും മുദ്രകുത്തി. റോസമ്മ കാഞ്ഞിരപ്പള്ളിയിൽ അക്കമ്മയുടെ അമ്മയുടെ ഒപ്പം താമസിക്കുമ്പോൾ പുന്നൂസ് അവിടെ വന്നിരുന്നുവെന്നും കോൺഗ്രസ് പാർട്ടിയുടെ തീരുമാനങ്ങൾ പുന്നൂസിനെ അക്കമ്മ അറിയിച്ചുവെന്നും പലരും ആരോപിച്ചു. ടി കെ നാരായണപിള്ള മുഖ്യമന്ത്രിയായ സമയത്ത് അദ്ദേഹത്തിന്റെ അയൽക്കാരനായ ഒരു കോൺഗ്രസുകാരൻ ജോലി തേടിച്ചെന്നപ്പോൾ, 'അക്കമ്മയെപ്പോലെ കമ്മ്യൂണിസ്റ്റുചായ്‌വുള്ളവരു'ടെ നീക്കങ്ങൾ നിരീക്ഷിക്കുന്നതിന് പേഴ്സണൽ സി ഐ ഡി യായി നിയോഗിക്കുകവരെ ചെയ്തു. ഇത് അക്കമ്മയെ വല്ലാതെ വേദനിപ്പിച്ചു. സ്വന്തം അനുജത്തിയും ഭർത്താവും കമ്മ്യൂണിസ്റ്റുകാരാണെന്നതുകൊണ്ട് അവരുമായി ബന്ധം പുലർത്തുന്നത് തെറ്റായി അക്കമ്മ കരുതിയില്ല. അതേക്കുറിച്ച് അക്കമ്മയ്ക്ക് ഉറച്ച നിലപാടാണുണ്ടായിരുന്നത്. അക്കമ്മ എന്നും കോൺഗ്രസ് അനുഭാവിയായിരുന്നു. കമ്മ്യൂണിസത്തോട് തനിക്കു മമത തോന്നിയിട്ടില്ലെന്നും അങ്ങനെ തോന്നിയിരുന്നെങ്കിൽ അത് ധൈര്യമായി തുറന്നു പറയുമായിരുന്നുവെന്നും അക്കമ്മ വ്യക്തമാക്കിയിട്ടുണ്ട്. പി ടി പുന്നൂസുമായി സഹോദരനിർവിശേഷമായ സ്നേഹമാണ് എന്നും അക്കമ്മയ്ക്കുണ്ടായിരുന്നത്. പക്ഷേ, അത് കോൺഗ്രസിനെ ഒറ്റിക്കൊടുക്കുന്നതിനുള്ള കാരണം ആയിരുന്നില്ല. കോൺഗ്രസിന് പ്രത്യേകിച്ച് രഹസ്യങ്ങൾതന്നെ ഉണ്ടായിരുന്നില്ലെന്നും അക്കമ്മ തന്റെ ഓർമ്മക്കുറിപ്പുകളിൽ രേഖപ്പെടുത്തുന്നു. ഭാര്യയേയും കുഞ്ഞിനേയും കാണാൻ വരുന്ന പുന്നൂസിനെ പൊലീസിനെക്കൊണ്ട് പിടിപ്പിച്ചില്ല എന്ന ഒരു തെറ്റുമാത്രമേ താൻ ചെയ്തിട്ടുള്ളൂവെന്നും അക്കമ്മ പറയുന്നു. "മനഃസാക്ഷിക്കു നിരക്കാത്തയാതൊന്നും താൻ ജീവിതത്തിൽ ചെയ്തിട്ടില്ല" എന്ന് അക്കമ്മ ചങ്കൂറ്റത്തോടെ പറയുന്നു. ആരുടെയും മുന്നിൽ തലകുനിക്കേണ്ടിവരരുതെന്ന് അക്കമ്മയ്ക്ക് എന്നും നിർബ്ബന്ധം ഉണ്ടായിരുന്നു. അതുകൊണ്ടുതന്നെ മറ്റൊരുവിധത്തിലുള്ള ആരോപണങ്ങളും അക്കമ്മയ്ക്കെതിരെ ഉയർത്താനും കഴിഞ്ഞിരുന്നില്ല.

9

മീനച്ചിൽ തിരഞ്ഞെടുപ്പെന്ന വഴിത്തിരിവ്

ആയിരത്തിത്തൊള്ളായിരത്തി അൻപത്തിരണ്ടിൽ മീനച്ചിൽ പാർലമെന്റു തിരഞ്ഞെടുപ്പിൽ സ്വതന്ത്രസ്ഥാനാർത്ഥിയായി മത്സരിച്ചത് അക്കമ്മ ചെറിയാന്റെ ജീവിതത്തിലെ സുപ്രധാന വഴിത്തിരിവായിരുന്നു. കോൺഗ്രസ് സ്ഥാനാർത്ഥിക്കെതിരെ സ്വതന്ത്രയായി മത്സരിക്കുവാൻ അക്കമ്മ നിർബ്ബന്ധിക്കപ്പെട്ടതിന് ഒരു പശ്ചാത്തലം ഉണ്ട്. 1951 ൽ അക്കമ്മ യുടെ നിയമസഭാ കാലാവധി അവസാനിച്ചു. അടുത്ത തിരഞ്ഞെടുപ്പു സമയത്ത് കാഞ്ഞിരപ്പള്ളി മണ്ഡലത്തിൽ അക്കമ്മ മത്സരിച്ചില്ല. വി വി വർക്കിയോടും കെ ജെ തോമസിനോടും കാഞ്ഞിരപ്പള്ളി നിയോജകമ ണ്ഡലം ഒഴിഞ്ഞുകിടക്കുന്നുവെന്ന വിവരം അക്കമ്മ എഴുതിഴുതി അറി യിക്കുകയും അവർ കാഞ്ഞിരപ്പള്ളിയിലെത്തുകയും ചെയ്തു. വർക്കി യേയും തോമസിനേയുംപോലെ പ്രവർത്തന പാരമ്പര്യമുള്ളവരെ തിര ഞ്ഞെടുപ്പുവേളയിൽ ഒഴിവാക്കിയതിൽ അക്കമ്മ ഉൾപ്പെടെയുള്ളവർക്ക് കടുത്ത പ്രതിഷേധം ഉണ്ടായിരുന്നു. താൻ സ്വതന്ത്രനായി നിന്നാൽ അക്കമ്മ കോൺഗ്രസിന്റെ ബാനറിൽ മത്സരിക്കുമോയെന്ന് തോമസ് ചോദിച്ചപ്പോൾ അങ്ങനെ ഒരിക്കലും സംഭവിക്കില്ലെന്നാണ് അക്കമ്മ മറു പടി പറഞ്ഞത്. അത്തവണ കൊല്ലങ്കുളം കുട്ടിയച്ചനാണ് കോൺഗ്രസ് സ്ഥാനാർത്ഥിയായത്. കെ ജെ തോമസ് വിജയിച്ചു. പാർലമെന്റു സീറ്റിൽ പി ടി ചാക്കോ മത്സരിക്കുവാൻ ആഗ്രഹിച്ചു. അക്കമ്മ ചെറിയാനും സ്ഥാനാർത്ഥിത്വത്തിന് അപേക്ഷ നല്കിയിരുന്നു. സ്ഥാനാർത്ഥിത്വം പിൻവലിച്ചില്ലെങ്കിൽ തൊഴിച്ചെറിയുമെന്നാണ് ചാക്കോയുടെ ദൂതനായി വന്ന വി വി വർക്കി അറിയിച്ചത്. ചാക്കോയുടെ അളിയൻ പാപ്പച്ചനും ദൂതുമായി വന്നിരുന്നു. അക്കമ്മ അപേക്ഷ പിൻവലിച്ചില്ല. പി ടി ചാക്കോയെത്തന്നെ കോൺഗ്രസ് സ്ഥാനാർത്ഥിയാക്കി. ഈ സ്ഥാനാർ ത്ഥിപ്പട്ടികയുമായി കെ പി സി സി സെക്രട്ടറി പി സദാശിവൻപിള്ള

ദില്ലിക്കു പോയപ്പോൾ സ്ത്രീകളാരും സ്ഥാനാർത്ഥികളായില്ലെന്നു കണ്ട് ജവഹർലാൽ നെഹ്റു പട്ടിക തിരികെ കൊടുത്തു. അക്കമ്മയുടെ അപേക്ഷ നിരസിച്ചതും നെഹ്റുവിന് ഇഷ്ടപ്പെട്ടില്ല. എന്നാൽ, അക്കമ്മ വെറും വളണ്ടിയർ മാത്രമാണെന്നും പൊതുജന പിന്തുണ പി ടി ചാക്കോയ്ക്കാണെന്നും പ്രസിഡന്റ് കുമ്പളത്തു ശങ്കുപ്പിള്ള പ്രസ്താവന ഇറക്കുകപോലുംചെയ്തു. പുതുക്കിയ പട്ടിക തയ്യാറാക്കിയപ്പോഴും അക്കമ്മയെക്കൊണ്ട് അപേക്ഷ പിൻവലിപ്പിക്കുവാൻ ശ്രമം നടന്നു. പക്ഷേ, അക്കമ്മ ഉറച്ചുനിന്നു. എന്തായാലും പി ടി ചാക്കോ തന്നെയാണ് സ്ഥാനാർത്ഥിയായത്. പി ടി ചാക്കോ വിജയിക്കുകയും ചെയ്തു. പക്ഷേ, ഒരു വർഷം കഴിഞ്ഞപ്പോൾ പ്രത്യേകിച്ച് ഒരു കാരണവും ഇല്ലാതെ പി ടി ചാക്കോ എം പി സ്ഥാനം രാജിവച്ചു. അങ്ങനെ ഉപതിരഞ്ഞെടുപ്പു വേണ്ടിവന്നു. പാലാ സെൻട്രൽ ബാങ്കിന്റെ ഉടമ ജോർജ്ജ് തോമസ് കൊട്ടുകാപ്പള്ളിയെയാണ് കോൺഗ്രസ് സ്ഥാനാർത്ഥിയാക്കിയത്. ആദ്യതവണതന്നെ കൊട്ടുകാപ്പള്ളിയെ സ്ഥാനാർത്ഥിയാക്കാൻ ശ്രമം നടന്നിരുന്നു എങ്കിലും അക്കമ്മയുടെ അപേക്ഷ അതിനു തടസ്സമാകുകയായിരുന്നു. അക്കമ്മയുടെ അപേക്ഷ തള്ളിയിട്ട് കൊട്ടുകാപ്പള്ളിയെ സ്ഥാനാർത്ഥിയാക്കിയാൽ അതു വൻ വിവാദത്തിനിടയാക്കും. അതുകൊണ്ട് പി ടി ചാക്കോയെ സ്ഥാനാർത്ഥിയാക്കുകയും ഒരു വർഷം കഴിഞ്ഞപ്പോൾ കൊട്ടുകാപ്പള്ളിയെ സ്ഥാനാർത്ഥിയാക്കുകയും ചെയ്തു. ലിക്വിഡേഷൻ നടക്കുവാൻ പോകുന്ന പാലാ ബാങ്കിനെ രക്ഷിക്കുവാനാണീ നാടകമെന്നാണ് പൊതുവായി ലഭിച്ച ധാരണ. അക്കമ്മ തന്റെ ആത്മകഥയിൽ ഇക്കാര്യങ്ങൾ വിശദമായി പരാമർശിക്കുന്നുണ്ട്. ഈ സാഹചര്യത്തിലാണ് സ്വതന്ത്രയായി മത്സരിക്കുവാൻ അക്കമ്മ തീരുമാനിച്ചത്. തന്റെ ജീവിതത്തിലെ ഏറ്റവും സുപ്രധാനതീരുമാനങ്ങളിൽ ഒന്നായിരുന്നു അക്കമ്മയ്ക്കിത്. കോൺഗ്രസിൽനിന്നും രാജിവയ്ക്കുകയും സ്വാതന്ത്രയായി നാമനിർദ്ദേശപത്രിക നല്കുകയും ചെയ്തു. ലക്ഷങ്ങൾ നല്കി ടിക്കറ്റു വാങ്ങാൻ ഉള്ള കഴിവില്ലെന്ന ഒറ്റ അയോഗ്യതയേ കോൺഗ്രസിന്റെ സ്ഥാനാർത്ഥിയാകുന്നതിന് തനിക്കുണ്ടായിരുന്നുള്ളൂവെന്ന് അക്കമ്മ തന്റെ ഡയറിക്കുറിപ്പിൽ എഴുതി. കോൺഗ്രസ് ഒഴിച്ചുള്ള എല്ലാവരും അക്കമ്മയെ പിന്തുണച്ചു. ഇതിനിടയിൽ 1952 നവംബർ 24 ന് അക്കമ്മ ചെറിയാനും വി വി വർക്കിയും തമ്മിലുള്ള വിവാഹം ലളിതമായ ചടങ്ങുകളോടെ നടന്നിരുന്നു. 19 വർഷത്തെ പരിചയവും സൗഹൃദവും ആണ് വിവാഹബന്ധത്തിനിടയാക്കിയത്. ഇരുവർക്കും അപ്പോൾ വയസ്സ് 43. മീനച്ചിൽ തിരഞ്ഞെടുപ്പുകാലത്ത് അക്കമ്മ ഗർഭിണിയായിരുന്നു. താമസിച്ചുള്ള പ്രസവം ആയതുകൊണ്ട് മദ്രാസിലെ വെല്ലൂർ ആശുപത്രിയിലേക്ക് അക്കമ്മയ്ക്കു പോകേണ്ടിയിരുന്നു. എന്നാൽ, തിരഞ്ഞെടുപ്പു പ്രചരണം തുടങ്ങിവച്ചാൽ മതിയെന്നും ബാക്കി പ്രവർത്തനങ്ങൾ തങ്ങൾ നോക്കിക്കൊള്ളാമെന്നും അക്കമ്മയെ പിന്തുണയ്ക്കുന്നവർ ഉറപ്പുനല്കി. വി വി വർക്കി തിരഞ്ഞെടുപ്പു പ്രചാരണ പ്രവർത്തനങ്ങൾക്ക് ചുക്കാൻപിടിച്ചു. നാമനിർദ്ദേശപത്രിക കൊടുത്തതോടെ അക്കമ്മയെ പിന്തിരിപ്പിക്കുന്നതിനുള്ള ശ്രമങ്ങൾ പല ഭാഗത്തുനിന്നും ഉണ്ടായി. എരുമേലി

യിൽ അക്കമ്മ താമസിച്ചിരുന്ന വീട്ടിലേക്ക് പരിചയക്കാരും ബന്ധുക്കളും ധാരാളമായി വന്നു. വളരെ അടുത്ത ഒരു പരിചയക്കാരൻ മൂന്നു ലക്ഷം രൂപയാണ് തിരഞ്ഞെടുപ്പിൽനിന്നും പിന്മാറാൻ അക്കമ്മയ്ക്കു വാഗ്ദാനം ചെയ്തത്. വർക്കിയോടാണ് അയാൾ ഇക്കാര്യം പറഞ്ഞത്. വർക്കിക്കും അക്കമ്മയ്ക്കും ഏറ്റവും അപമാനകരമായി തോന്നിയ സംഭവം ആയിരുന്നു അത്. ചെകിട്ടത്ത് ഒരടി തന്നിരുന്നെങ്കിൽ ഇത്രയും വേദന തോന്നുമായിരുന്നില്ലെന്നാണ് വർക്കി ഇതേക്കുറിച്ച് പറഞ്ഞത്. യേശുക്രിസ്തുവിനു മുന്നിൽ സാത്താൻ പ്രലോഭനവുമായി വന്നപ്പോൾ "സാത്താനേ നീ ദൂരെ പോ! നിന്റെ ദൈവമായ കർത്താവിനെ പരീക്ഷിക്കാതെ" എന്നാണ് യേശു പറഞ്ഞത്. ആ മറുപടിയേ എനിക്കും പറയാനുള്ളൂ എന്ന് വർക്കി അയാളോടു പറഞ്ഞു. കൂടാതെ ഇപ്പോൾ അക്കമ്മയുടെ വയറ്റിൽ വളരുന്ന ഒരു കുഞ്ഞു കൂടിയുണ്ട്. നിഷിദ്ധമായ പണം വേണ്ടെന്നാണ് അവന്റെ തീരുമാനമെങ്കിൽ ഈ പണം ഞങ്ങൾക്കെന്തിനെന്നും വർക്കി പറഞ്ഞു. ഇത്തരത്തിൽ പ്രലോഭനങ്ങളും ഭീഷണിയും കള്ളപ്രചരണങ്ങളും അക്കമ്മയ്ക്കെതിരെ നടന്നു. ഭരണങ്ങാനം പള്ളിയിൽ കുർബ്ബാനയ്ക്കു പോയപ്പോൾ അക്കമ്മയുടെ ബന്ധുക്കളായ രണ്ടു പുരോഹിതന്മാർ അക്കമ്മയോടു പറഞ്ഞത്, അക്കമ്മ കമ്യൂണിസ്റ്റാണെന്നു പ്രചരിപ്പിക്കണം എന്ന് കോൺഗ്രസ് തീരുമാനിച്ചിട്ടുണ്ടെന്നാണ്. മറ്റൊന്നും അക്കമ്മയ്ക്കെതിരെ പറയാനില്ലാത്തതുകൊണ്ട് ഇതാണ് ഏറ്റവും നല്ല പോംവഴിയെന്ന് പറഞ്ഞത് എ ജെ ജോൺ ആണെന്നും അക്കമ്മ ആത്മകഥയിൽ എഴുതിയിട്ടുണ്ട്. പള്ളിക്കും സഭയ്ക്കും ഏറ്റവും വലിയ ആക്ഷേപമാണ് കമ്യൂണിസ്റ്റാവുക എന്നത്. കുമ്പസാരക്കൂട്ടിലും പുൾപിറ്റിലും വരെ അക്കമ്മയ്ക്കെതിരെ പ്രചരണം നടത്തി. വീടുകൾതോറും കയറിയിറങ്ങി അക്കമ്മ കമ്യൂണിസ്റ്റാണെന്നു പ്രചരിപ്പിച്ചു. അക്കമ്മയുടെ ചില ബന്ധുക്കളും ഈ പ്രചരണത്തിൽ പങ്കെടുത്തു. കോൺഗ്രസ് പണം വാരിയെറിഞ്ഞു. ഫാദർ വടക്കന്റെ നേതൃത്വത്തിലുള്ള കമ്യൂണിസ്റ്റ് വിരുദ്ധമുന്നണിയും അക്കമ്മയ്ക്കെതിരെ കടുത്ത ഭാഷയിൽ ആക്ഷേപങ്ങൾ ചൊരിഞ്ഞു. സ്വതന്ത്രവും നിഷ്പക്ഷവുമായ ഒരു തിരഞ്ഞെടുപ്പല്ല അവിടെ നടന്നത്. ദേവികുളം, പീരുമേട്, മൂന്നാർ തുടങ്ങിയ ഭാഗങ്ങളിലെ തോട്ടം തൊഴിലാളികൾ അക്കമ്മയ്ക്കൊപ്പമായിരുന്നു. പക്ഷേ, അവരെ വോട്ടുചെയ്യുന്നതിൽനിന്നും തടയുവാൻവരെ കോൺഗ്രസ് തോട്ടം ഉടമകളുമായി ചേർന്ന് ഗൂഢാലോചന നടത്തി. കമ്യൂണിസ്റ്റ് പാർട്ടിയുടെ പൂർണ്ണ പിന്തുണ അക്കമ്മയ്ക്കുണ്ടായിരുന്നു. ഉപതിരഞ്ഞെടുപ്പായിരുന്നതിനാൽ എല്ലാ പ്രമുഖ കമ്യൂണിസ്റ്റ് നേതാക്കന്മാരും അന്ന് മീനച്ചിലിൽ എത്തിയിരുന്നു. ദരിദ്രരും സമ്പന്നരും തമ്മിലുള്ള ഒരു പോരാട്ടമായി മീനച്ചിൽ ഉപതിരഞ്ഞെടുപ്പു മാറി.

കോൺഗ്രസ് സ്ഥാനാർത്ഥി ജോർജ്ജ് തോമസ് കൊട്ടുകാപ്പള്ളി 40000 വോട്ടിന്റെ ഭൂരിപക്ഷത്തിൽ വിജയിച്ചു. എന്നാൽ, ഇത്രയും അധാർമ്മികമായ പ്രചരണപ്രവർത്തനങ്ങൾ ഇത്രയേറെ പണം ചെലവഴിച്ചു നടത്തിയിട്ടും ഇത്രയും വോട്ടില്ലേ കോൺഗ്രസിനു കിട്ടിയുള്ളൂ എന്നാണ് അക്കമ്മ കരുതിയത്.

10

കുടുംബത്തിലേക്ക്

ആയിരത്തിത്തൊള്ളായിരത്തി അൻപത്തിമൂന്ന് നവംബർ 13 ന് അക്കമ്മ ചെറിയാൻ ആൺകുഞ്ഞിനു ജന്മം നല്കി. മീനച്ചിൽ ഉപതിരഞ്ഞെടുപ്പോടെ അക്കമ്മയും വി വി വർക്കിയും സജീവരാഷ്ട്രീയത്തിൽനിന്നും വിട വാങ്ങി. 1938–1952 വരെ കോൺഗ്രസിനും രാജ്യത്തിനും വേണ്ടി സ്വജീവിതം ഉഴിഞ്ഞുവച്ചിരുന്നവരാണ് ഇവർ രണ്ടുപേരും. 44 വയസ്സുവരെ വിവാഹവും കുടുംബവും ഉൾപ്പെടെ ഇവർ വേണ്ടെന്നുവച്ചു. പത്തൊമ്പതു വർഷത്തെ പരിചയമാണ് അക്കമ്മയും വർക്കിയുമായുള്ള വിവാഹത്തിലേക്കു നയിച്ചത്. അക്കമ്മ വർക്കിയെയാണ് തന്റെ രാഷ്ട്രീയ ഗുരുവായി കണക്കാക്കിയിരുന്നത്. കാഞ്ഞിരപ്പള്ളി സ്കൂളിൽ ഹെഡ്മിസ്ട്രസ് ആയിരുന്നപ്പോൾ സ്കൂൾ വാർഷികത്തിന് പ്രാസംഗികനായി വന്നപ്പോഴാണ് ആദ്യമായി അക്കമ്മ വർക്കിയെ പരിചയപ്പെടുന്നത്. ആ അപൂർവ്വബന്ധം മരണംവരെയും അപൂർവ്വസുന്ദരവും ദൃഢവുമായിരുന്നു. ജീവിതത്തിലെ എല്ലാ ഉയർച്ച താഴ്ചകളിലും ഇവർ ഒരുമിച്ചുനിന്നു. ഒരേ പ്രായത്തിലുള്ള, ഒരേ നാട്ടുകാരായ, ഒരേ പ്രസ്ഥാനത്തിലൂടെ രാജ്യസേവനം നടത്തിയ ഈ അപൂർവ്വ ദമ്പതികൾ എന്നും പരസ്പരം സ്നേഹിക്കുകയും ബഹുമാനിക്കുകയും ചെയ്തു. അക്കമ്മയ്ക്ക് എന്നും കരുത്തായി വർക്കി ഒപ്പംനിന്നു. ഇവർ മാതൃകാദമ്പതിമാരായിരുന്നുവെന്ന് ഏകമകൻ ജോർജ്ജ് വർക്കി സാക്ഷ്യപ്പെടുത്തുന്നു.

പണത്തിനോടും അധികാരത്തിനോടും ഉള്ള കോൺഗ്രസിന്റെ ആർത്തിയിൽ അക്കമ്മയെപ്പോലെത്തന്നെ വർക്കിയും അസ്വസ്ഥനായിരുന്നു. വളരെ ചെറുപ്പത്തിൽത്തന്നെ പ്രഭാഷകനായും സംഘാടകനായും പേരെടുത്ത വർക്കി അക്കമ്മയുടെ അവസാനശ്വാസംവരെയും ഒപ്പം നില്ക്കുകയും അക്കമ്മയെപ്പോലെത്തന്നെ രാഷ്ട്രീയത്തിൽനിന്നും പൂർണ്ണമായി അകലുകയുംചെയ്തു.

മീനച്ചിൽ ഉപതിരഞ്ഞെടുപ്പു ഫലം വരുമ്പോഴും അക്കമ്മ ആശുപത്രിയിലായിരുന്നു. വൈകി ലഭിച്ച മകനുമൊത്ത് അക്കമ്മ നാട്ടിലേക്കു മടങ്ങിയപ്പോഴേക്കും രാഷ്ട്രീയാന്തരീക്ഷത്തിൽ നിർണ്ണായകമായ മാറ്റം സംഭവിച്ചു കഴിഞ്ഞിരുന്നു. തന്റെ യൗവനകാലം മുഴുവനും ജീവൻ നല്കി വളർത്തിയെടുത്ത കോൺഗ്രസ് പ്രസ്ഥാനത്തിൽ അക്കമ്മയ്ക്കിടമില്ലാതായി. ഹൃദയത്തോടു ചേർത്തുനിർത്തിയിരുന്ന നേതാക്കന്മാരും സഹപ്രവർത്തകരും അക്കമ്മയെ ശത്രുപക്ഷത്തായാണ് കണ്ടത്. വർക്കിയും അക്കമ്മയും ഏതാണ്ട് പൂർണ്ണമായും ഒറ്റപ്പെട്ട അവസ്ഥയിലായി. കമ്യൂണിസ്റ്റാണെന്ന ഏറ്റവും "ഗുരുതരമായ" ആരോപണമാണ് പ്രധാനമായും അക്കമ്മയ്ക്കെതിരെ ഉയർത്തിയത്. മതമേധാവികളുടെ നിലപാടിലും അക്കമ്മയ്ക്ക് കടുത്ത പ്രതിഷേധം ഉണ്ടായിരുന്നു. കറകളഞ്ഞ ഈശ്വരവിശ്വാസിയായ അക്കമ്മയ്ക്ക് പക്ഷേ, മതനേതൃത്വത്തിന്റെ രാഷ്ട്രീയ ഇടപെടലിനോട് അംഗീകരിക്കുവാൻ കഴിഞ്ഞില്ല. ആത്മകഥയിൽ അക്കമ്മ രോഷാകുലയായി ഇങ്ങനെ എഴുതുന്നു:

> മതമേധാവികൾ രാഷ്ട്രീയരംഗത്ത് ജനങ്ങളിൽ സ്വാധീനം ചെലുത്തുന്നത് കർശനമായി തടയേണ്ടതാണ്. പള്ളികളിലെ പ്രസംഗപീഠവും കുമ്പസാരക്കൂടുംപോലും അവർ വ്യഭിചരിപ്പിക്കുന്നു. ആ തെറ്റു ചൂണ്ടിക്കാട്ടുന്നവർ 'കമ്യൂണിസ്റ്റുകൾ!' അങ്ങനെ വിശ്വാസികളുടെ മതവിശ്വാസം ഇല്ലാതാക്കുകയാണ് അവർ ചെയ്യുന്നത്. മഹാത്മാഗാന്ധിയെ 'അന്തിക്രിസ്തു' എന്നു വിശേഷിപ്പിച്ച്, കോൺഗ്രസ് പ്രവർത്തകരായ കത്തോലിക്കക്കാരെ സമരകാലത്ത്, മഹറോനിലുൾപ്പെടുത്താൻ ആലോചിച്ച ദൈവികമേധാവിത്വമാണ് കോൺഗ്രസ് അധികാരത്തിൽ വന്നപ്പോൾ അവരെ ഉദ്യാനവിരുന്നും പാരിതോഷികങ്ങളുമായി എതിരേറ്റത്. ഇതിന് 'മതം' എന്ന പേരല്ല, അവസരവാദിത്വം സ്വന്തം വർഗ്ഗത്തിന്റെ താല്പര്യം— ഈ താല്പര്യം സംരക്ഷിക്കുവാനോ അവർ ഏതു വേഷവും കെട്ടും. തിരുവിതാംകൂറിൽ 1946 ൽ നടന്ന വിദ്യാഭ്യാസ പ്രക്ഷോഭണത്തിൽ കമ്യൂണിസ്റ്റുകാരെ സ്വീകരിച്ച് പള്ളിയങ്കണത്തിൽ കൂടിയ പൗരമഹായോഗങ്ങളിൽ പങ്കെടുപ്പിച്ചിരുന്നു. തിരുവിതാംകൂറിലെ അവസാന സമരത്തിൽ കമ്യൂണിസ്റ്റുകാരും കത്തോലിക്കരും ഒരുമിച്ച് വളണ്ടിയർ ക്യാമ്പുകൾ നടത്തി എന്നൊന്നും കമ്യൂണിസ്റ്റുകാർ വെറുക്കപ്പെട്ട കൂട്ടങ്ങളായിരുന്നില്ല. കോൺഗ്രസ് അധികാരത്തിൽ വന്നപ്പോൾ അവർ കോൺഗ്രസിന്റെ പാദസേവകരായി. പിന്നീട് കോൺഗ്രസും മുതലാളിമാരും സ്ഥാപിതതാല്പര്യവും കൂടി കെട്ടിമറിഞ്ഞപ്പോൾ കോൺഗ്രസിനെ എതിർത്ത, സേവനപാരമ്പര്യമുള്ള കത്തോലിക്കരെ കമ്യൂണിസ്റ്റുകളാക്കി മുദ്രകുത്തി.

വർഗ്ഗീയതയെ എന്നും അക്കമ്മ വെറുത്തിരുന്നു. വർഗ്ഗീയശക്തികൾ

രാഷ്ട്രീയത്തിൽ പിടി മുറുക്കുന്നത് രാജ്യത്തിന്റെ ഭാവി അപകടത്തിലാക്കുമെന്ന് അക്കമ്മ ഭയപ്പെട്ടു. സ്വാതന്ത്ര്യാനന്തര കാലഘട്ടത്തിലെ കോൺഗ്രസിന്റെ പ്രവർത്തനങ്ങളിൽനിന്നും അക്കമ്മ അകന്നുമാറി. മൂന്നു വർഷത്തെ ജയിൽവാസവും സംഘർഷഭരിതമായ ജീവിതവും അക്കമ്മയെ രോഗിയാക്കി മാറ്റിയിരുന്നു. കടുത്ത ആസ്തമ അക്കമ്മയെ വലച്ചു. മീനച്ചിൽ തിരഞ്ഞെടുപ്പിനുശേഷം അക്കമ്മയുടെയും കുടുംബത്തിന്റെയും ജീവിതത്തിൽ വലിയ മാറ്റമാണു സംഭവിച്ചത്. ഇതിൽ ഏറ്റവും പ്രധാനം കടുത്ത സാമ്പത്തിക ബുദ്ധിമുട്ടായിരുന്നു. തിരഞ്ഞെടുപ്പ് വൻ കടബാദ്ധ്യതയാണു വരുത്തിവച്ചത്. അക്കമ്മയുടെ അച്ഛൻ എരുമേലി കൊരട്ടിയിൽ പണിതിരുന്ന വീട്ടിലാണ് തിരഞ്ഞെടുപ്പുകാലത്ത് അക്കമ്മയും വർക്കിയും മകൻ ജോർജ്ജും താമസിച്ചിരുന്നത്. ബന്ധുക്കളുൾപ്പെടെ കടം മടക്കി ചോദിക്കുകയും അതുമായി ബന്ധപ്പെട്ട് അസ്വസ്ഥതകൾക്കിടയാകുകയും ചെയ്തു. അഭിമാനിയായ അക്കമ്മ ആ വീട് വിറ്റാണ് കടം തീർത്തത്. മകനെ പഠിപ്പിക്കുന്നതിനും ഉപജീവനമാർഗ്ഗം കണ്ടെത്തുന്നതിനുമായി അക്കമ്മയും കുടുംബവും കോട്ടയത്തേക്കു മാറി. എം പി പോൾ ട്യൂട്ടോറിയൽ, പൈകട ട്യൂട്ടോറിയൽ എന്നിവിടങ്ങളിൽ വർക്കി അദ്ധ്യാപകനായി ജോലി ചെയ്തെങ്കിലും സാമ്പത്തിക പ്രശ്നം ഗുരുതരമായതേയുള്ളൂ. രോഗിയായ അക്കമ്മ രാത്രികാലങ്ങളിൽ ഉറങ്ങാതെ എഴുന്നേറ്റിരുന്ന് എഴുതുകയും വായിക്കുകയും ചെയ്യുന്നതു കണ്ടിട്ടുണ്ടെന്ന് മകൻ ജോർജ്ജ് വർക്കി അനുസ്മരിച്ചിട്ടുണ്ട്. നാലു വർഷത്തെ കോട്ടയം ജീവിതത്തിനുശേഷം ചിറക്കടവിൽ മണിമലയാറിനു തീരത്ത് വർക്കിക്കു ഭാഗം കിട്ടിയ സ്ഥലത്ത് താമസം തുടങ്ങി. മണ്ണു കൊണ്ടുണ്ടാക്കിയ ഓലമേഞ്ഞ ഒരു ചെറിയ വീട്. അഞ്ചേക്കർ ഭൂമിയുണ്ടായിരുന്നതുകൊണ്ട് കൃഷി പ്രധാനവരുമാനമാർഗ്ഗമായി മാറി. വാഴക്കുല വിറ്റിട്ടും മകന് ഫീസു കൊടുക്കുവാൻ അക്കമ്മയ്ക്കു കഴിഞ്ഞു. മകന് ഏറ്റവും നല്ല വിദ്യാഭ്യാസം നല്കണമെന്ന് അക്കമ്മയ്ക്കും വർക്കിക്കും നിർബ്ബന്ധമുണ്ടായിരുന്നു.

ഇതിനിടയിൽ ഒരു ജീപ്പു വാങ്ങി ടാക്സിയായി ഓടിക്കുവാൻ വർക്കി ശ്രമിച്ചത് മറ്റൊരു സാമ്പത്തിക കുരുക്കിനിടയാക്കി. തങ്കപ്പൻ എന്നൊരു ഡ്രൈവറെയാണ് ജീപ്പ് ഏല്പിച്ചിരുന്നത്. ജീപ്പിൽ കാപ്പിക്കുരു കടത്തിയെന്നാരോപിച്ച് പൊലീസ് പിടിക്കുകയും കേസാകുകയും ചെയ്തു. കോടതിവിധിയും അക്കമ്മയ്ക്കെതിരായി. ഇതു ബോധപൂർവ്വം നടത്തിയ ഒരു ചതിയായിരുന്നോയെന്നും സംശയമുണ്ടായി. എന്തായാലും ഈ സംഭവത്തോടെ ചിറക്കടവിലെ വീടും വില്ക്കാനുള്ള ആലോചന തുടങ്ങി.

1967 ൽ വീണ്ടും അക്കമ്മ കോൺഗ്രസ് ടിക്കറ്റിൽ മത്സരിച്ചത് ഇവരുടെ ജീവിതത്തിൽ യാദൃച്ഛികമായി ഉണ്ടായ സംഭവമായിരുന്നു. ആ തിരഞ്ഞെടുപ്പിൽ അക്കമ്മ പരാജയപ്പെട്ടെങ്കിലും കമ്യൂണിസ്റ്റ് ആണെന്ന ആരോപണം അടിസ്ഥാനരഹിതമാണെന്നു തെളിയിക്കുവാൻ കഴിഞ്ഞു. കേരള ചരിത്രത്തിലെ നിർണ്ണായകമായ ഒരു വർഷമായിരുന്നു 1967. കോൺഗ്രസ് അതീവ ഗുരുതരമായ പ്രതിസന്ധിയെയാണ് അന്ന് നേരിട്ട

ത്. സ്വാതന്ത്ര്യാനന്തരം കോൺഗ്രസ് പുലർത്തിയ തെറ്റായ നയങ്ങളാണ് ഈ പ്രതിസന്ധിക്കു കാരണമെന്ന് അക്കമ്മ കരുതി. കോൺഗ്രസിനെ സഹായിക്കുവാനുള്ള കടമ തനിക്കുണ്ടെന്ന് അക്കമ്മ വിശ്വസിച്ചു. അക്കമ്മ തിരഞ്ഞെടുപ്പു പ്രചരണത്തിനായി തയ്യാറാക്കിയ പ്രസ്താവനയിൽ ഇങ്ങനെ പറയുന്നു:

> ഞാനെന്റെ ഉദ്യോഗവും ജീവിതവൃത്തിയുമെല്ലാം നഷ്ടപ്പെടുത്തിയപ്പോഴും ഒരുനിമിഷം പോലും അതേച്ചൊല്ലി വേദനിച്ചിട്ടില്ല. എന്നാൽ, അതിനു ശേഷമുള്ള കാലഘട്ടം എന്നെ വേദനിപ്പിച്ചു. അന്നത്തെ കിരാത ഭരണത്തിനു കൂട്ടുനിന്നുകൊണ്ട് ഞങ്ങളെ പെരുവഴിയിലും കൽത്തുറുങ്കിലുമിട്ട് തല്ലിച്ചതയ്ക്കുന്ന കാഴ്ചകണ്ട് സഹതാപത്തിന്റെ ഒരു നേരിയ പ്രകടനംപോലും കാട്ടാതെ പൊട്ടിച്ചിരിച്ച കുറേ വ്യക്തികൾ പെട്ടെന്നു കോൺഗ്രസിലേക്കു അണിയണിയായി കടന്നുവരുന്ന കാഴ്ച കണ്ടപ്പോൾ ഈ മഹാസംഘടനയെ അതിന്റെ ആത്യന്തികമായ ലക്ഷ്യങ്ങളിൽനിന്നും ദരിദ്രലക്ഷങ്ങളോടുള്ള കടപ്പാടുകളിൽനിന്നും ഉത്തരവാദിത്വത്തിൽ നിന്നുമെല്ലാം വ്യതിചലിപ്പിക്കും എന്നുള്ള ഭയാശങ്കകൾ ന്യായമായും എനിക്കുണ്ടായി. നിരാശാബോധത്തോടു കൂടി ഞാൻ സജീവരാഷ്ട്രീയത്തിൽനിന്നും പിന്മാറി. യാതനകളുടെ കണക്കു പറഞ്ഞ് എനിക്ക് അധികാരസ്ഥാനങ്ങളിൽ പറ്റിക്കൂടാമായിരുന്നു. ചരിത്രത്തിനിത് നിഷേധിക്കാനാകുമായിരുന്നില്ല. ശാന്തമായ ഗൃഹാന്തരീക്ഷത്തിലേക്കു ഞാൻ ഒതുങ്ങി മാറി. എന്നാൽ, ഞാനിന്ന് തിരിച്ചുവരികയാണ് സജീവരാഷ്ട്രീയത്തിലേക്ക്.

അക്കമ്മ തന്റെ നിലപാട് വ്യക്തമാക്കിക്കൊണ്ട് തിരഞ്ഞെടുപ്പിൽ മത്സരിക്കുകയായിരുന്നു. ബനഡിക്ട് മാർ ഗ്രിഗോറിയോസ് അക്കമ്മയെ പിന്തുണച്ചുകൊണ്ട് ഒരു നോട്ടീസ് ഇറക്കുകകൂടി ചെയ്തിരുന്നു.

കേരളാ കോൺഗ്രസിനെതിരെയുള്ള തുറന്ന പ്രസ്താവന കൂടിയായിരുന്നു അത്. ആ നോട്ടീസിൽ ഇങ്ങനെ പറയുന്നുണ്ട്, "കേരള കോൺഗ്രസിന്റെ നേതാക്കന്മാർ അവരുടെ ഇന്നത്തെ നിലപാടുമൂലം ശുദ്ധഗതിക്കാരായ ഏതാനുംപേരെ വഴിതെറ്റിക്കുകയും രാജ്യത്ത് അസ്വസ്ഥത വർദ്ധിപ്പിക്കുകയും പ്രതിലോമ ശക്തികളെ ബലപ്പെടുത്തുകയും ചെയ്യുമെന്നല്ലാതെ ശാശ്വതമായ യാതൊരു നന്മയും ക്രിസ്ത്യാനികൾക്കോ രാജ്യത്തിനോ കൈവരുത്തുന്നതല്ല." സി പി ഐ (എം)ന്റെ മുസ്തഫ കമാലാണ് വിജയിച്ചത്. 22681 വോട്ട്. കേരള കോൺഗ്രസിന്റെ സ്ഥാനാർത്ഥി സി ജെ ആന്റണിക്ക് 14335 വോട്ടു ലഭിച്ചപ്പോൾ അക്കമ്മയ്ക്കു ലഭിച്ചത് 6139 വോട്ടാണ്.

സജീവരാഷ്ട്രീയത്തിലേക്കിറങ്ങുന്നുവെന്ന് അക്കമ്മ പറഞ്ഞെങ്കിലും യഥാർത്ഥത്തിൽ അക്കമ്മയുടെ പൊതുജീവിതം 1967 നുശേഷം പരി

പൂർണ്ണമായി നിലയ്ക്കുകയാണുണ്ടായത്. അക്കമ്മയ്ക്ക് പരാജയം അപ്രതീക്ഷിതവുമായിരുന്നില്ല. എങ്കിലും 1952 ലെ മീനച്ചിൽ ഉപതിരഞ്ഞെടുപ്പിൽ സ്വതന്ത്രയായിട്ടാണ് മത്സരിച്ചതെങ്കിലും കമ്യൂണിസ്റ്റുപാർട്ടിയുടെ പിന്തുണ ഉണ്ടായിരുന്നത് അക്കമ്മയെ, കമ്യൂണിസ്റ്റ്, എന്ന് മുദ്രകുത്താൻ ഇടവന്നിരുന്നു. കോൺഗ്രസ് ബാനറിൽ 1967 ൽ മത്സരിച്ചത് താൻ കോൺഗ്രസ് തന്നെയാണെന്ന് ഉറപ്പിക്കുവാൻ സഹായിച്ചു. ഒരുപക്ഷേ ഇത് ഏറ്റവും ആശ്വസിപ്പിച്ചത് മകനെയായിരിക്കാം. ചിറക്കടവിൽ പഠിക്കുമ്പോൾ അക്കമ്മ കമ്യൂണിസ്റ്റാണെന്നാരോപിച്ചുകൊണ്ട് സഹപാഠികളിൽനിന്നും അപമാനങ്ങൾ ജോർജ്ജ് വർക്കിക്കു സഹിക്കേണ്ടിവന്നിട്ടുണ്ട്. 'മലങ്കോവിന്റെ മകൻ' എന്ന് വിളിച്ചാണ് ജോർജ്ജ് വർക്കിയെ ആക്ഷേപിച്ചിരുന്നത്. തിരഞ്ഞെടുപ്പിൽ തോറ്റത് വല്ലാത്ത വേദന ഉണ്ടാക്കിയെങ്കിലും അമ്മ കോൺഗ്രസ് തന്നെയാണെന്ന് ബോദ്ധ്യപ്പെടുത്തുവാൻ കഴിഞ്ഞതും തിരഞ്ഞെടുപ്പിനുശേഷം വലിയ കടം ഉണ്ടാവാത്തതും ആശ്വാസകരമായെന്ന് ജോർജ്ജ് വർക്കി അമ്മയെക്കുറിച്ചുള്ള കുറിപ്പിൽ പറഞ്ഞിട്ടുണ്ട്.

ഇരുപതുവർഷത്തോളം അക്കമ്മയും കുടുംബവും ചിറക്കടവിലെ വീട്ടിലാണ് താമസിച്ചത്. താരതമ്യേന ശാന്തമായ ജീവിതം വലിയ ബുദ്ധിമുട്ടുകൾ കൂടാതെ മുന്നോട്ടുപോയി. ഫലഭുയിഷ്ഠമായ ഭൂമിയിൽനിന്നും കഷ്ടിച്ച് ജീവിക്കുവാനുള്ള ആദായം കിട്ടിയിരുന്നു. ചക്കയും മാങ്ങയും ഒക്കെ സമൃദ്ധം. സമാധാനപൂർണ്ണമായ ആ ഗ്രാമജീവിതം അക്കമ്മയും വർക്കിയും ഇഷ്ടപ്പെട്ടു. വൈദ്യുതിയോ ഫോണോ ഇല്ലാത്ത ആ കൊച്ചു വീട്ടിലേക്ക് സന്ദർശകരും തീരെ കുറവായിരുന്നു. പ്രശസ്ത സാമൂഹ്യശാസ്ത്രജ്ഞനും എഴുത്തുകാരനുമായ റോബിൻ ജഫ്രി, ലൂയിസ ഒവർക്കർ എന്നിവർ അക്കാലത്ത് അക്കമ്മയെ സന്ദർശിച്ച അപൂർവ്വ അതിഥികളാണ്. റോബിൻ ജഫ്രി തന്റെ *പൊളിറ്റിക്സ്, വിമൻ ആന്റ് വെൽബീയിങ്* എന്ന ഗ്രന്ഥത്തിൽ ഒരു അദ്ധ്യായം അക്കമ്മയെക്കുറിച്ചെഴുതിയിട്ടുണ്ട്. ലൂയിസ ഒവർക്കർ എന്ന ബ്രിട്ടീഷുകാരി 1938 ൽ കൊട്ടാരമാർച്ചിന്റെ കാലത്ത് തിരുവനന്തപുരം ഗവൺമെന്റ് വിമൻസ് കോളേജിലെ ചരിത്രാദ്ധ്യാപികയായിരുന്നു. കേണൽ വാട്കിസ് ലൂയിസയുടെ വീടിനു തൊട്ടടുത്തുള്ള റോസ് ഹൗസിലാണു താമസിച്ചിരുന്നത്. സ്റ്റേറ്റ് കോൺഗ്രസ് പ്രവർത്തനങ്ങളോട് അനുഭാവം ഉണ്ടായിരുന്നു എന്ന കാരണത്താൽ സർ സി പി ലൂയിസയെ തിരുവിതാംകൂറിൽ കടക്കുന്നത് വിലക്കിയിരുന്നു.

തിരുവിതാംകൂറിന്റെ ചരിത്രം എഴുതുവാൻ ആഗ്രഹിച്ച ലൂയിസ 1971 ൽ അക്കമ്മയെ കാണുന്നതിന് ചിറക്കടവിലെത്തി. ആ സന്ദർശനത്തോടെ അക്കമ്മയുടെയും കുടുംബത്തിന്റെയും ഉറ്റ സുഹൃത്തായി ലൂയിസ മാറി. ഇവർ പരസ്പരം എഴുത്തുകുത്തിലൂടെ സൗഹൃദം നിലനിർത്തി. അക്കമ്മയുടെ ശേഖരത്തിൽ ലൂയിസയുടെ നിരവധി കത്തുകൾ ഉണ്ട്. അക്കമ്മയുടെ പക്കലുണ്ടായിരുന്ന അനേകം വിലപ്പെട്ട രേഖകൾ ലൂയിസയ്ക്കു

നല്കുകയും ലൂയിസ അവ ലണ്ടനിലെ ബ്രിട്ടീഷ് കൗൺസിൽ ലൈബ്രറിക്കു കൈമാറുകയും ചെയ്തു. ലൂയിസയ്ക്കു പക്ഷേ, ഗ്രന്ഥം പ്രസിദ്ധീകരിക്കുവാൻ കഴിഞ്ഞില്ല അതിനു മുമ്പ് അവർ മരണമടഞ്ഞു. പ്രശസ്ത നരവംശ ശാസ്ത്രജ്ഞനായ ഡിക് കുയിമാനാണ് തന്റെ ഗവേഷണത്തിന്റെ ഇടയിൽ ലൂയിസയുടെ അപ്രകാശിത ഗ്രന്ഥം കണ്ടെത്തിയത്. കുയിമാൻ എഡിറ്റു ചെയ്ത് *നോ എലിഫന്റ്സ് ഫോർ മഹാരാജ* എന്ന പേരിൽ ലൂയിസയുടെ പുസ്തകം പ്രസിദ്ധീകരിച്ചു. അക്കമ്മയെക്കുറിച്ചാണ് ആ പുസ്തകത്തിന്റെ ഒരദ്ധ്യായം. കൊട്ടാരമാർച്ചിനെക്കുറിച്ച് അക്കമ്മ ചെറിയാനെഴുതിയിട്ടുള്ള *1114 ന്റെ കഥ* എന്ന പുസ്തകം എഴുതുന്നതിന് പ്രേരണ നല്കിയതും ലൂയിസയാണ്.

*1114 ന്റെ കഥ*യുടെ ആമുഖത്തിൽ അക്കമ്മ ഇതു സംബന്ധിച്ച് വിശദമായി പ്രതിപാദിക്കുന്നുണ്ട്. 1938 ലെ ജാഥയെക്കുറിച്ച് തിരുവിതാംകൂറിലെ അന്നത്തെ ബ്രിട്ടീഷ് റസിഡന്റ് വൈസ്രോയിക്ക് അയച്ച റിപ്പോർട്ട് ഇങ്ങനെയാണ്: “പീറ ഖദർ പഴന്തുണി ധരിച്ച 300-400 വരുന്ന ഒരു സംഘം ആളുകൾ മുദ്രാവാക്യങ്ങൾ ഉച്ചത്തിൽ വിളിച്ചുപറഞ്ഞുകൊണ്ട്, മഹാരാജാവ് ക്ഷേത്രത്തിലേക്കു പോകുമ്പോൾ അദ്ദേഹത്തിന്റെ കാർ തടഞ്ഞു നിർത്താൻ ശ്രമിച്ചു. പക്ഷേ, അവർ അതിൽ വിജയിച്ചില്ല.” ജാഥയെക്കുറിച്ച് നേരിട്ടറിയാവുന്ന ലൂയിസയ്ക്ക് ഈ റിപ്പോർട്ട് അസത്യമാണെന്നു ഉത്തമബോദ്ധ്യമുണ്ടായിരുന്നു. അങ്ങനെയാണ് മാർച്ചിനു നേതൃത്വം നല്കിയ അക്കമ്മ ചെറിയാനെ കാണുന്നതിനായി അവർ ചിറക്കടവിൽ എത്തിയത്. “ഇന്ത്യാക്കാർക്കു വേണമെങ്കിൽ അവരുടെ ചരിത്രമെഴുതട്ടെ എന്നു പറഞ്ഞു തള്ളാൻ കഴിയുമായിരുന്ന ഈ മദാമ്മ, ഇത്രമാത്രം മിഷനറി ചൈതന്യത്തോടെ ഇത്തരത്തിലൊരു സംരംഭത്തിനിറങ്ങി പുറപ്പെട്ടതും എന്നെ കോരിത്തരിപ്പിച്ച അനുഭവമാണ്” എന്ന് അക്കമ്മ *1114 ന്റെ കഥ*യിൽ ലൂയിസ ഒവർക്കറെക്കുറിച്ചെഴുതുന്നു.

പ്രശസ്ത ചരിത്രകാരനും എഴുത്തുകാരനുമായിരുന്ന പുതുപ്പള്ളി രാഘവൻ, മലയാള കഥാകൃത്ത് സഖറിയ തുടങ്ങിയവരും അക്കമ്മയെ കാണുന്നതിന് ചിറക്കടവിൽ വന്നിരുന്നവരാണ്.

താമ്രപത്രപ്രഖ്യാപനവിവാദം

ചിറക്കടവിൽ തികച്ചും സാധാരണമായ ജീവിതം നയിക്കുമ്പോഴാണ് ആകസ്മികമായി 1972 ൽ സ്വാതന്ത്ര്യസമരസേനാനികൾക്കു താമ്രപത്രം കേന്ദ്രസർക്കാർ പ്രഖ്യാപിച്ചതും പുരസ്കാര ജേതാക്കളിൽ അക്കമ്മ ചെറിയാൻ ഉൾപ്പെട്ടതും. താമ്രപത്ര പ്രഖ്യാപനത്തോടെ അക്കമ്മ വീണ്ടും ശ്രദ്ധാകേന്ദ്രമായി. ഏതാണ്ട് പൂർണ്ണമായി വിസ്മരിക്കപ്പെട്ടിരുന്ന കേരളത്തിന്റെ ‘ഝാൻസിറാണി’യെ മാധ്യമങ്ങളും വീണ്ടും ഓർത്തു. രോഗവും സാമ്പത്തിക പരാധീനതകളും പ്രാരാബ്ധവുമായി കഴിഞ്ഞിരുന്ന അക്കമ്മ വീണ്ടും പൊതുജനശ്രദ്ധയിലെത്തി. കേരളത്തിൽനിന്നും താമ്രപത്രത്തിനർഹരായവരായി തെരഞ്ഞെടുക്കപ്പെട്ട 25 പേരിൽ അക്ക

മ്മയും ഉൾപ്പെട്ടു. എന്നാൽ, തന്റെ രാഷ്ട്രീയ ഗുരുവായ വി വി വർക്കി താമ്രപത്രത്തിനു യോഗ്യതയുള്ളവരുടെ പട്ടികയിൽ ഉൾപ്പെടാത്തതിൽ അക്കമ്മയ്ക്ക് കടുത്ത ദുഃഖവും നിരാശയും തോന്നി. വളരെ പ്രശസ്തരായ നേതാക്കന്മാരെ താമ്രപത്രം നല്കുവാൻ പരിഗണിക്കേണ്ടതില്ലെന്ന തീരുമാനവും അക്കമ്മയ്ക്ക് അംഗീകരിക്കുവാൻ കഴിഞ്ഞില്ല. താണതരം കടലാസുകൊണ്ടുണ്ടാക്കിയ ഒരു സർക്കാർ കത്തിലൂടെയാണ് തനിക്ക് താമ്രപത്രം ലഭിക്കുമെന്ന വിവരം അക്കമ്മ അറിഞ്ഞത്. രാഷ്ട്രം തന്നെ മറന്നില്ലല്ലോയെന്ന് ഒരുനിമിഷത്തേക്ക് സന്തോഷം തോന്നിയെങ്കിലും പിന്നീടാണ് വി വി വർക്കിക്കും റോസമ്മ പുന്നൂസിനും ഒന്നും താമ്രപത്രം ഇല്ലെന്ന സത്യം അക്കമ്മ മനസ്സിലാക്കിയത്. 'ഒരു ഉദ്യോഗസ്ഥൻ, സ്വാതന്ത്ര്യസമ്പാദനത്തിനുശേഷം മാത്രം ജനിച്ച ഒരു പയ്യൻ, ഒപ്പിട്ടയച്ച താമ്രപത്രക്കത്ത്' അക്കമ്മയെ നിരാശപ്പെടുത്തി. അതേക്കുറിച്ച് അക്കമ്മ ആത്മകഥയിൽ ഇങ്ങനെ പറയുന്നുണ്ട്:

> അപ്പച്ചനും (വി വി വർക്കി) ഞാനും ഒരുമിച്ചാണ് സ്വാതന്ത്ര്യസമരവേദിയിലേക്ക് ഇറങ്ങിയത്. തിരുവിതാംകൂറിൽ മറ്റാരേയുംപോലെ ശാരീരിക പീഡകൾ സഹിച്ചും മറ്റാരേക്കാളുമധികമായി ബുദ്ധിപരമായ അത്യദ്ധ്വാനം നടത്തിയും സ്വാതന്ത്ര്യത്തിന്റെ വീരയോദ്ധാവായി മുന്നേറിയ അപ്പച്ചനെ ഒഴിച്ചുനിർത്തിക്കൊണ്ട്, എനിക്കു മാത്രം താമ്രപത്രം നല്കാൻ തീരുമാനിച്ചത് എന്നെ നിരാശപ്പെടുത്തി. പെട്ടെന്നുണ്ടായ സന്തോഷം അസ്തമിക്കുകയും അതിന്റെ സ്ഥാനത്ത് സങ്കടവും കോപവും നിരാശയും സ്ഥലം പിടിക്കുകയും ചെയ്തു.

എന്നാൽ, പിന്നീട് സർക്കാർ താമ്രപത്രത്തിന് യോഗ്യതയുള്ളവരുടെ ഒരു സപ്ലിമെന്ററി പട്ടിക പുറത്തിറക്കി. ആദ്യലിസ്റ്റിനെക്കുറിച്ച് വ്യാപകമായ ആക്ഷേപം ഉണ്ടായതിനെത്തുടർന്നാണിത്. ഈ പുതിയ പട്ടികയിൽ വി വി വർക്കിയും ഉൾപ്പെട്ടു. ആദ്യ ലിസ്റ്റിൽ അക്കമ്മയുടെ സഹോദരൻ വർക്കിയുടെ പേരുണ്ടായിരുന്നു. എന്നാൽ റോസമ്മയുടെ പേര് പുതിയതിലും ഉണ്ടായില്ല. റോസമ്മ അതിനായി യാതൊരു ശ്രമവും നടത്തിയുമില്ല.

അക്കമ്മയും വർക്കിയും താമ്രപത്രം വാങ്ങുന്നതിന് പക്ഷേ, ദില്ലിയിലേക്കു പോയില്ല. ഇതിന് പ്രധാന കാരണം അക്കമ്മയുടെ അനാരോഗ്യം തന്നെയാണെങ്കിലും മറ്റൊരു പ്രശ്നംകൂടിയുണ്ടായി. സ്വാതന്ത്ര്യസമരസേനാനികൾക്കു ദില്ലിവരെ പോയി വരുന്നതിന് സർക്കാർ നല്കിയത് ഇരുപതുരൂപയും രണ്ടാംക്ലാസ് തീവണ്ടി ടിക്കറ്റുമാണ്. അനാരോഗ്യംമൂലം തീവണ്ടിയിൽ യാത്രചെയ്യുവാൻ കഴിയില്ലെന്ന് അക്കമ്മ ബന്ധപ്പെട്ടവരെ അറിയിച്ചതിനെത്തുടർന്ന് അവസാനനിമിഷത്തിൽ വിമാനടിക്കറ്റ് അയച്ചുതരാമെന്ന് കേന്ദ്രസർക്കാർ സമ്മതിച്ചു. പക്ഷേ, അക്കമ്മ അത്

സ്വീകരിച്ചില്ല. തനിക്കു മാത്രമായി വിമാനത്തിൽ പോകേണ്ടതില്ലെന്ന് അക്കമ്മ തീരുമാനിച്ചു.

"തിരുവനന്തപുരത്ത് ഒരു നാലുമണിക്കൂർ സന്ദർശനത്തിനുവേണ്ടി വഴിയരികിൽ ബാരിക്കേഡ് കെട്ടാൻമാത്രം പതിനാലായിരത്തിലധികം രൂപ ചെലവഴിക്കുവാനും വ്യോമസേനാവിമാനങ്ങൾ ആവശ്യത്തിനും അനാവശ്യത്തിനും പറപ്പിക്കാനും മടിക്കാത്തവർ ഇതെല്ലാം കൈവരുത്തുന്നതിനുവേണ്ടി കഷ്ടപ്പെട്ടവരെ രണ്ടാം ക്ലാസ് ട്രെയിൻ യാത്രയ്ക്കും 20 രൂപയുടെ സൗജന്യത്തിനും വിധിക്കാതെ അവരെ വിവിധ കേന്ദ്രങ്ങളിൽനിന്നും വ്യോമസേനാ വിമാനങ്ങളയച്ച് ഡൽഹിയിൽ എത്തിച്ച് ബഹുമാനിക്കേണ്ടതായിരുന്നു എന്നാണ് എന്റെ അഭിപ്രായം. രാഷ്ട്രീയത്തിന് അത്രയെങ്കിലും കടപ്പാട് അവരോട് തോന്നേണ്ടതല്ലേ?"

ഇത് തന്നെ ബഹുമാനിക്കാത്തതുകൊണ്ട് പറയുന്നതല്ലെന്നും അക്കമ്മ എടുത്തു പറയുന്നു. എന്തായാലും തിരുവനന്തപുരത്തു നടക്കുന്ന ചടങ്ങിൽ പങ്കെടുത്ത് താമ്രപത്രം സ്വീകരിക്കുവാൻ അക്കമ്മയും വർക്കിയും തീരുമാനിച്ചു. ഒരേ പ്രദേശത്തു ജീവിച്ച് ഒരേ കാലഘട്ടത്തിൽ പ്രവർത്തിച്ച് താമ്രപത്രത്തിന് അർഹരായ ദമ്പതികൾ എന്ന അപൂർവ്വ ബഹുമതി ഒരുപക്ഷേ അക്കമ്മയ്ക്കും വർക്കിക്കുംമാത്രം അവകാശപ്പെട്ടതായിരിക്കും. വളരെ സാധാരണമായ ജീവിതം നയിച്ചുവന്ന അക്കമ്മയ്ക്കു വീണ്ടും തിരക്കേറുന്നതിന് താമ്രപത്രം കാരണമായി. പത്രപ്രവർത്തകരുടെ വലിയ നിരയാണ് അക്കമ്മയെ അന്വേഷിച്ച് ചിറക്കടവിലേക്കെത്തിയത്. അഭിമുഖങ്ങൾക്കും ഫോട്ടോയ്ക്കും വേണ്ടി അവർ തിരക്കുകൂട്ടി. കേരളത്തിന്റെ ഝാൻസിറാണിയെ കാണാനെത്തിയ ചെറുപ്പക്കാരായ പത്രപ്രവർത്തകർ അക്കമ്മയെ കണ്ട് അമ്പരന്നു. മുഷിഞ്ഞ ചട്ടയും മുണ്ടും ധരിച്ച് ദരിദ്രമായ കുടുംബാന്തരീക്ഷത്തിൽ നാടൻ വീട്ടമ്മയായി കഴിയുന്ന ഈ വൃദ്ധയാണോ വാട്കിസിന്റെ തോക്കിൻ മുന്നിൽ നെഞ്ചൂക്കോടെ നിവർന്നുനിന്നതെന്ന് അവർ അത്ഭുതപ്പെട്ടിരിക്കാം. എന്നാൽ, അക്കമ്മയുമായി അല്പസമയം സംസാരിക്കുമ്പോൾ അക്കമ്മയുടെ ഉള്ളിലെ കനലിന്റെ ചൂട് അനുഭവിക്കുവാൻ അവർക്കു കഴിഞ്ഞിരുന്നു. സ്വാതന്ത്ര്യ ജൂബിലി ദിനത്തിൽ കോട്ടയത്ത് പതാക ഉയർത്തുന്നതിന് തുറന്ന ജീപ്പിൽ ആണ് അക്കമ്മയെ ആനയിച്ചത്. വിവിധ യോഗങ്ങളിൽ അക്കമ്മ പിന്നീട് പങ്കെടുത്തു. *1114 ന്റെ കഥ*യുടെ ആമുഖത്തിൽ അക്കമ്മ എഴുതുന്നു:

> ഇങ്ങനെയൊരു പാവപ്പെട്ട സ്ത്രീ ഇന്നും ജീവിച്ചിരിപ്പുണ്ടെന്നു ലോകത്തെ അറിയിക്കുവാൻ അവരെല്ലാം ഒന്നുചേർന്നു കാട്ടിയ കാരുണ്യം ഞാൻ നന്ദിയോടെ സ്മരിക്കുന്നു. കാഞ്ഞിരപ്പള്ളിയിൽ ദശാബ്ദങ്ങൾക്കപ്പുറം മുദ്രാവാക്യങ്ങൾ മുഴക്കിക്കൊണ്ട് ചുറ്റിനടന്ന അതേ വീഥികളിൽ നടത്തപ്പെട്ട സ്വാതന്ത്ര്യ രജതജൂബിലി ഘോഷയാത്രയിൽ എന്നെക്കാളെത്രയോ കൂടുതൽ വാർദ്ധക്യത്തിലെ

ത്തിയ പഴയ സഹപ്രവർത്തകരോടൊപ്പം പങ്കെടുത്തപ്പോൾ ആയുസ്സിൽനിന്ന് മുപ്പത്തിനാലു വർഷം പെട്ടെന്നു കൊഴിഞ്ഞുവീണതുപോലെയും ഒരു രണ്ടാം യൗവനത്തിൽ എത്തിച്ചേർന്നതുപോലെയും എനിക്കു തോന്നി." താമ്രപത്രപ്രഖ്യാപനകാലത്ത് ജോർജ്ജ് വർക്കി തിരുവനന്തപുരത്ത് യൂണിവേഴ്സിറ്റി കോളേജിൽ ബിരുദ വിദ്യാർത്ഥിയാണ്. അമ്മയുടെ വീരേതിഹാസത്തെക്കുറിച്ച് അപ്പോൾ മാത്രമാണ് താൻ മനസ്സിലാക്കിയതെന്ന് ജോർജ്ജ് വർക്കി പറഞ്ഞിട്ടുണ്ട്.

1974 ൽ അക്കമ്മയും കുടുംബവും തിരുവനന്തപുരത്തേക്കു താമസം മാറി. ചിറക്കടവിലെ വീടും സ്ഥലവും വിറ്റ് കടം തീർത്തശേഷമാണ് തിരുവനന്തപുരത്ത് പുതിയ ജീവിതം തുടങ്ങിയത്. മകന്റെ പഠിത്തത്തിന്റെ സൗകര്യം കൂടി ഈ തീരുമാനത്തിന് അക്കമ്മ കണക്കിലെടുത്തിരുന്നു. ഹോസ്റ്റലിൽ താമസിച്ചിരുന്ന ജോർജ്ജ് വർക്കി അച്ഛനും അമ്മയും ചിറക്കടവിൽനിന്നും വന്ന ആ ദിവസത്തെക്കുറിച്ചെഴുതിയിട്ടുണ്ട്. ഒരു ടാക്സിയിൽ വരുന്ന അച്ഛനെയും അമ്മയെയും കാത്തുനിന്ന ജോർജ്ജ് കണ്ടത് സാമാനം കയറ്റിയ ലോറിയുടെ മുൻസീറ്റിൽനിന്നും വൃദ്ധരായ അച്ഛനമ്മാർ ഇറങ്ങിവരുന്നതാണ്. ലോറി തുറന്ന് അമ്മ ഇറങ്ങിവരുന്ന കാഴ്ച തന്നെ എന്നും വേദനിപ്പിക്കുന്നതാണെന്ന് ജോർജ്ജ് എഴുതിയിട്ടുണ്ട്. എന്നാൽ, ഏതു പ്രശ്നത്തെയും നിസ്സംഗമായി നേരിടുന്ന അക്കമ്മയ്ക്കിതൊന്നും വലിയ കാര്യമായിരുന്നില്ല. താൻ നടത്തിയ ഐതിഹാസികസമരത്തെക്കുറിച്ച് എഴുതിയിട്ടുള്ള *1114 ന്റെ കഥ* യിലും ഈ നിസ്സംഗഭാവം കാണാം. മറ്റാരോ ചെയ്ത ഒരു സമരം റിപ്പോർട്ട് ചെയ്യുന്ന ഭാവത്തിൽ അതിശയോക്തിയോ അവകാശവാദങ്ങളോ ഇല്ലാതെയാണ് അക്കമ്മ എഴുതിയിരിക്കുന്നത്. അമ്മയുടെ ഏറ്റവും വലിയ സവിശേഷതയും ഇതാണെന്ന് ജോർജ്ജ് രേഖപ്പെടുത്തിയിട്ടുണ്ട്. ചിറക്കടവിലെ സ്ഥലം വിറ്റതിൽനിന്നും ശേഷിച്ച തുകകൊണ്ട് അമ്പൂരിയിൽ റബ്ബർ തോട്ടം വാങ്ങി. ഇതായിരുന്നു ഇവരുടെ ഏക വരുമാനം. പഠിക്കുവാൻ സമർത്ഥനായ ജോർജ്ജ് വർക്കി തിരുവനന്തപുരം എഞ്ചിനീയറിങ് കോളേജിൽ പഠിക്കുകയായിരുന്നു.

തിരുവനന്തപുരത്തും അക്കമ്മയും വർക്കിയും ഏറ്റവും ഒതുങ്ങിക്കൂടിത്തന്നെ ജീവിച്ചു. തലസ്ഥാനനഗരത്തിലെ രാഷ്ട്രീയ കോലാഹലങ്ങളിലോ വിവാദങ്ങളിലോ ഈ ആദ്യകാല രാഷ്ട്രീയ നേതാക്കൾ ഇടപെട്ടില്ല. ഒരുപക്ഷേ. തങ്ങളുടെ യൗവനകാലത്ത് സാഹസികമായ പ്രക്ഷോഭങ്ങൾക്കു നേതൃത്വം നല്കിയ, തെരുവീഥികളിലൂടെ ഈ വൃദ്ധദമ്പതികൾ ആരോരുമറിയാതെ നടന്നുപോയിട്ടുണ്ടാകാം. ആരോടും പരിഭവമോ പ്രതിഷേധമോ ഇല്ലാതെ തികച്ചും സാധാരണക്കാരെപ്പോലെയാണിവർ ജീവിച്ചിരുന്നത്. മരണംവരെയും അക്കമ്മ ചെറിയാൻ തിരുവനന്തപുരത്ത് വാടകവീട്ടിലാണ് കഴിഞ്ഞത്. റോസമ്മ പുന്നൂസ് ഹൗസിങ് ബോർഡ്

ചെയർപേഴ്സൺ ആയെങ്കിലും അക്കമ്മയ്ക്ക് സ്വന്തമായി ഒരു വീടുണ്ടാക്കുവാൻ അന്നുകഴിഞ്ഞില്ല. പി ടി പി നഗറിൽ ഹൗസിങ് ബോർഡ് അനുവദിച്ച സ്ഥലത്താണ് ജോർജ്ജ് വർക്കിയും റിസർവ്വ് ബാങ്ക് ഉദ്യോഗസ്ഥയായ ഭാര്യ റീനയും മകൾ സുനിതയും മകൻ സുജിത്തും ഇപ്പോൾ താമസിക്കുന്നത്. പക്ഷേ, ഈ വീട് പൂർത്തിയായി കാണുവാൻ അക്കമ്മയ്ക്കു കഴിഞ്ഞില്ല. രോഗം മൂർച്ഛിച്ച് 1982 മെയ് 5 ന് ഉച്ചയ്ക്ക് 2.30 ന് അക്കമ്മ ചെറിയാൻ അന്തരിച്ചു. അടുത്ത സുഹൃത്തുക്കളും ബന്ധുക്കളും അക്കമ്മയെ സ്നേഹിക്കുകയും ആദരിക്കുകയും ചെയ്തിരുന്ന ചില രാഷ്ട്രീയ നേതാക്കളും പങ്കെടുത്ത ലളിതമായ ശവസംസ്കാരച്ചടങ്ങാണ് നടന്നത്. മുട്ടടയിലെ ഹോളിക്രോസ് പള്ളി സെമിത്തേരിയിൽ കേരളത്തിലെ ഝാൻസിറാണി അന്ത്യവിശ്രമം കൊള്ളുന്നു.

കാഞ്ഞിരപ്പള്ളിയിൽ അക്കമ്മയുടെ പേരിൽ ഒരു ബസ് സ്റ്റോപ്പും തിരുവനന്തപുരത്ത് കവടിയാറിൽ രാജ്ഭവന് എതിർവശത്തൊരു പൂർണ്ണകായ പ്രതിമയും മാത്രമാണ് അക്കമ്മ ചെറിയാനു വേണ്ടിയുള്ള സ്മാരകങ്ങൾ. രാജ്യത്തിനുവേണ്ടി മഹത്തായ ത്യാഗം അനുഷ്ഠിച്ചിട്ടുള്ള ഒരു ധീരദേശാഭിമാനിയുടെ വീരോജ്ജ്വല സ്മരണ നിലനിർത്തുന്നതിന് ഇതു മതിയോയെന്ന് രാഷ്ട്രീയകേരളം ചിന്തിക്കേണ്ടതാണ്.

അനുബന്ധം 1

മീനച്ചിൽ ഉപതിരഞ്ഞെടുപ്പിൽ അക്കമ്മ ചെറിയാനെ വിജയിപ്പിക്കുക! ഐക്യസംസ്ഥാന മലയരയസമാജത്തോട് ഒരഭ്യർത്ഥന

പാർലമെന്റ് സീറ്റുകളിലേക്കുള്ള ഉപതിരഞ്ഞെടുപ്പിൽ സ്ഥാനാർത്ഥിനിയായി നില്ക്കുന്ന ശ്രീ. അക്കമ്മയെ വിജയിപ്പിക്കേണ്ടത് ഏറ്റവും അവശതകൾ അനുഭവിക്കുന്ന ജനതയുടെ അടിയന്തരാവശ്യമാണ്. മലവർഗ്ഗക്കാർക്ക് - വിശേഷിച്ചും അരയന്മാർക്ക് - അവർ പ്രയത്നിച്ചുതെളിച്ച് പുരാതനകാലംമുതലേ കൈവശം വച്ചു കുടി പാർത്തു വരുന്ന ഭൂമികൾ അവർക്കായിതന്നെ സംരക്ഷിച്ചു കൊടുക്കുവാൻ കോൺഗ്രസ് ഗവൺമെന്റ് കൂട്ടാക്കാതെ ജന്മികളും മുതലാളികളും അവരെ ആക്രമിക്കുന്നതിനും അവരുടെ ഭൂമി കൈവശപ്പെടുത്തുന്നതിനും അവസരം കൊടുത്തുകൊണ്ടിരിക്കുകയാണ്.

മലവർഗ്ഗക്കാർക്ക് നിയമസഭയിൽ പ്രാതിനിധ്യം ലഭിക്കത്തക്കവണ്ണം പ്രത്യേക നിയോജകമണ്ഡലമോ സംവരണമോ കോൺഗ്രസുസർക്കാർ അനുവദിച്ചിട്ടില്ല.

ഈ അവശതകൾ നീങ്ങിക്കിട്ടുന്നതിനുവേണ്ടി പാർലമെന്റിൽ ശക്തിയുക്തം വാദിക്കുന്നതിന് ഒരിടതുപക്ഷമെമ്പർ അവർക്കാവശ്യമാണ്. ഇന്നത്തെ ജനകീയ ഭരണം സ്ഥാപിതമാക്കുന്നതിനുള്ള ബഹുജന പ്രക്ഷോഭണത്തിന് നേതൃത്വംകൊടുത്ത് സമരഭൂമിയിൽ ധീരധീരം പോരാടിയ ഒരു മഹതിയായ ശ്രീ. അക്കമ്മയെ വിജയിപ്പിച്ചാൽമാത്രമേ മലവർഗ്ഗക്കാരുടെ അവശതകൾ നീങ്ങുകയുള്ളൂ എന്നു ഞാൻ പൂർണ്ണമായി വിശ്വസിക്കുന്നു. അതിനാൽ, ഐക്യസംസ്ഥാന മലയരയ സമാജം ഒറ്റക്കെട്ടായിനിന്ന് ശ്രീ. അക്കമ്മയ്ക്കു വോട്ടുനല്കണമെന്ന് ഞാൻ അഭ്യർത്ഥിക്കുന്നു.

ഡോക്ടർ വി വി വേലുക്കുട്ടി അരയൻ

കരുനാഗപ്പള്ളി,
25-10-'53
പി റ്റി പ്രസ് ആലുംകടവ്

അനുബന്ധം 2

അക്കമ്മ ചെറിയാന്റെ വോട്ടർമാർക്കുള്ള കത്ത്

കാഞ്ഞിരപ്പള്ളി,
7-2-1967

പ്രിയ സുഹൃത്തേ,

പതിനഞ്ചു നീണ്ട വർഷങ്ങൾ ശാന്തമായ ഒരു ഗൃഹാന്തരീക്ഷത്തിൽ കഴിച്ചുകൂട്ടിയശേഷം വീണ്ടും ഞാനെന്തിനീ രാഷ്ട്രീയവേദിയിലേക്ക് കടന്നുവന്നു എന്ന് ഈ അഭ്യർത്ഥന വായിക്കുമ്പോൾ താങ്കൾ ന്യായമായും സംശയിക്കുന്നുണ്ടാവാം. അതിനു സമാധാനം പറയുവാൻ ഞാൻ തീർച്ചയായും ബാദ്ധ്യസ്ഥയാണ്.

ഈ നാടിന്റെ സ്വാതന്ത്ര്യം വിദൂരവും അപ്രാപ്യവുമായി കരുതപ്പെട്ടിരുന്ന ഒരു കാലഘട്ടത്തിൽ, തിരിച്ചുകിട്ടുകയില്ലെന്ന് അറിഞ്ഞുകൊണ്ടുതന്നെ തങ്ങളുടേതായ എല്ലാം ത്യജിക്കുവാൻ സന്നദ്ധരായ കുറേ വ്യക്തികൾ ഇന്ത്യൻ നാഷണൽ കോൺഗ്രസ് എന്ന മഹാ പ്രസ്ഥാനം പടുത്തുയർത്തിയപ്പോൾ അതിന്റെ കൊടിക്കീഴിൽ ഞാനും എന്നെപ്പോലുള്ള എളിയ ലക്ഷങ്ങളും അണിനിരന്ന കഥ അനുസ്മരിക്കാതെ എനിക്കതിനു മറുപടി പറയുക സാദ്ധ്യമല്ല. യാതനകളുടെ പട്ടികകൾ നിരത്തിവച്ച് പ്രതിഫലം യാചിക്കുവാനല്ല ഞാനിതു പറയുക. പൊതുജീവിതത്തിൽ നിന്നുള്ള എന്റെ പിന്മാറ്റം ഇതുമായി ബന്ധപ്പെട്ടതായതുകൊണ്ടുമാത്രം. ഭാരതം മോചിതയാവുകയും സ്വാതന്ത്ര്യം താങ്കളുടെയും എന്റെയും പിൻതലമുറകളുടെ ജന്മാവകാശമാവുകയും ചെയ്യുന്നതുവരെ ഞങ്ങളാരും ഒരു ചുവടെങ്കിലും പിൻതിരിയുകയോ സ്വജീവിതത്തെ വിലപ്പെട്ടതായി കരുതി അതിനെ രക്ഷിക്കുവാൻ ശ്രമിക്കുകയോ ചെയ്തില്ലാ എന്നുള്ളത് താങ്കൾക്കറിയാവുന്ന ഒരുവസ്തുതയാണല്ലോ. ഞാനെന്റെ ഉദ്യോഗവും ജീവിതവൃത്തിയുമെല്ലാം നഷ്ടപ്പെടുത്തിയപ്പോഴും ഒരു നിമിഷംപോലും അതേ ചൊല്ലി വേദനിച്ചിട്ടില്ല. എന്നാൽ അതിനുശേഷമുള്ള കാലഘട്ടം

എന്നെ വേദനിപ്പിച്ചു. അന്നത്തെ കിരാതഭരണത്തിനു കൂട്ടുനിന്നുകൊണ്ട് ഞങ്ങളെ പെരുവഴിയിലും കൽത്തുറുങ്കിലുമിട്ടു തല്ലിച്ചതയ്ക്കുന്ന കാഴ്ച കണ്ട് സഹതാപത്തിന്റെ ഒരു നേരിയ പ്രകടനംപോലും കാട്ടാതെ പൊട്ടിച്ചിരിച്ച കുറേ വ്യക്തികൾ പെട്ടെന്നു കോൺഗ്രസിലേക്കണിയണിയായി കടന്നുവരുന്ന കാഴ്ച കണ്ടപ്പോൾ ഈ മഹാസംഘടനയെ അതിന്റെ ആത്യന്തികമായ ലക്ഷ്യങ്ങളിൽനിന്നും ദരിദ്രലക്ഷങ്ങളോടുള്ള കടപ്പാടുകളിൽനിന്നും ഉത്തരവാദിത്വങ്ങളിൽ നിന്നുമെല്ലാം വ്യതിചലിപ്പിക്കും എന്നുള്ള ഭയാശങ്കകൾ ന്യായമായും എനിക്കുണ്ടായി. നിരാശാബോധത്തോടുകൂടി ഞാൻ സജീവ രാഷ്ട്രീയത്തിൽനിന്നും പിന്മാറി. യാതനകളുടെ കണക്കുപറഞ്ഞ് എനിക്ക് അധികാരസ്ഥാനങ്ങളിൽ പറ്റിക്കൂടാമായിരുന്നു. ചരിത്രത്തിനത് നിഷേധിക്കാമായിരുന്നില്ല. ശാന്തമായ ഒരു ഗൃഹാന്തരീക്ഷത്തിലേക്ക് ഞാൻ ഒതുങ്ങി മാറി.

എന്നാൽ ഞാനിന്ന് തിരിച്ചുവരികയാണ്, സജീവ രാഷ്ട്രീയത്തിലേക്ക്. കാരണമുണ്ട്. ഇക്കഴിഞ്ഞ 15 വർഷക്കാലവും ഞാൻ, ഞാനും കൂടി ചേർന്ന് ജീവൻ നല്കിയ ഈ മഹാസംഘടനയുടെ നീക്കങ്ങൾ സശ്രദ്ധം വീക്ഷിക്കുകയായിരുന്നു. മുടിചൂടിയ മന്നന്മാരുടെയും പണക്കൊഴുപ്പുള്ള പ്രഭുക്കളുടെയും പ്രലോഭനങ്ങളെ ഈ സംഘടന അതിജീവിക്കുന്നത് ഞാൻ കണ്ടു. സോഷ്യലിസത്തിലൂടെ സമൂഹത്തിലെ ദരിദ്രലക്ഷങ്ങളുടെ ജീവിതനിലവാരം ഉയർത്തുവാനും വ്യക്തികളുടെ പക്കൽ ധനം കുന്നുകൂടുന്നതിനെ നികുതികൾ മുഖേന നിയന്ത്രിക്കുവാനും അതു ചെയ്യുന്ന യത്നങ്ങൾ ഞാൻ സൂക്ഷിച്ചു. മതേതരത്വത്തിന്റെ സാക്ഷാൽക്കാരത്തിലൂടെ ഭാരതത്തിലങ്ങോളമിങ്ങോളം ചിതറിക്കിടക്കുന്ന നേരിയ ക്രിസ്ത്യൻ, മുസ്ലീം, സിക്ക് സമുദായങ്ങളിൽപ്പെട്ട ന്യൂനപക്ഷങ്ങളെ രക്ഷിക്കുവാൻവേണ്ടി, വർഗ്ഗീയ വിഷം വമിക്കുന്ന ഹിന്ദുമഹാസഭ, ജനസംഘം മുതലായ സംഘടനകളെ അവരുടെ മാരകായുധങ്ങളായ കൈബോംബുകളെയും കല്ലേറുകളെയും കടുകിട വകവയ്ക്കാതെ വീറോടെ എതിർക്കുന്ന കാഴ്ച ഞാൻ കണ്ടു.

അമേരിക്കൻ ചേരിയിലേക്കോ റഷ്യൻ ചേരിയിലേക്കോ അല്പം ചേർന്നുനിന്നാൽ അനുനിമിഷം വർദ്ധിച്ചുവരുന്ന ജനസംഖ്യ സൃഷ്ടിക്കുന്ന ഭക്ഷ്യപ്രശ്നം പരിഹരിക്കാമായിരുന്നിട്ടുകൂടി ഭക്ഷ്യത്തിനുവേണ്ടി സ്വാതന്ത്ര്യം വില്ക്കാൻ സന്നദ്ധത കാണിക്കാതെ ചേരിചേരാനയത്തിൽ ഉറച്ചുനില്ക്കുന്ന കാഴ്ച വികാരാവേശത്തോടെ ഞാൻ കണ്ടു. പ്രായപൂർത്തി വോട്ടവകാശത്തെ നിലനിർത്തിക്കൊണ്ട് ഒരു ജനാധിപത്യസംവിധാനം ഇവിടെ പടുത്തുയർത്തി എല്ലാ ജനാധിപത്യ ധാർമ്മികമൂല്യങ്ങളെയും സ്വാതന്ത്ര്യങ്ങളെയും നിലനിർത്തിക്കൊണ്ടു പോകാൻ ഈ സംഘടന വ്യഗ്രത കാണിക്കുന്നതായും ഞാൻ മനസ്സിലാക്കി. ഈ കാലഘട്ടത്തിനിടയിൽ ഇന്ത്യൻ നാഷണൽ കോൺഗ്രസിന്റേതായ ഭരണനയം ഈ നാടിന്റെ മുഖച്ഛായ മാറ്റിയെഴുതുന്ന ദൃശ്യവും ഞാൻ കണ്ടു. അങ്ങനെ ഏതൊരു പ്രലോഭനത്തെയും ഭീഷണിയെയും അതിജീവിച്ച്

മഹത്തായ ഒരു ക്ഷേമരാഷ്ട്രം കെട്ടിപ്പടുക്കുവാൻ വേണ്ടി ഈ സംഘടന നിലകൊള്ളുന്നു എന്നു സത്യസന്ധമായ ചരിത്രസംഭവങ്ങളുടെ അപഗ്രഥനത്തിലൂടെ ഞാൻ മനസ്സിലാക്കി. ഞാൻ മനസ്സിലാക്കിയ അത്രയും കാര്യങ്ങൾ ഇവയെ എതിർക്കുന്നവരും മനസ്സിലാക്കി. അപ്പോൾ അവർ പുറത്തുപോവുകയും ഞാൻ രംഗത്തേക്കു കടന്നുവരികയും ചെയ്തു. എന്നെ സ്നേഹിക്കുന്ന താങ്കൾ എന്റെ ആത്മാർത്ഥതയെ ചോദ്യം ചെയ്യുകയില്ലാ എന്നെനിക്കു വിശ്വാസമുണ്ട്. താങ്കളുടെ നിർല്ലോഭമായ സഹായം ഒന്നു മാത്രമാണ് എന്റെ കൈമുതൽ.

സുഹൃത്തേ, ചിന്തിക്കുന്ന താങ്കൾക്കും അറിയാമല്ലോ ഈ നാട് ഇന്നഭിമുഖീകരിക്കുന്ന പ്രതിസന്ധിയെപ്പറ്റി. ഇന്ത്യൻ നാഷണൽ കോൺഗ്രസിനെ എതിർക്കുന്നവർ അതിന്റെ തത്ത്വസംഹിതകളെയും ആദർശങ്ങളെയുമാണ് എതിർക്കുന്നതെന്നു വ്യക്തമാണല്ലോ. അതു നിലനിർത്തുന്ന മതേതരത്വം ഇല്ലാതെയായാൽ ഈ നാട്ടിലെ ന്യൂനപക്ഷ സമുദായങ്ങളുടെ സ്ഥിതി എന്തായിരിക്കും. കേരളാ കോൺഗ്രസും മുസ്ലീം ലീഗ് എന്ന വർഗ്ഗീയ സംഘടനയും ന്യൂനപക്ഷങ്ങളുടെ രക്ഷക്കായി മതേതരത്വം ഉയർത്തിപ്പിടിക്കുന്ന കോൺഗ്രസിന്റെ പിറകിൽനിന്നും കുത്തുന്ന ഹീനമായ കാഴ്ചയല്ലേ നാം ഈ കൊച്ചു കേരളത്തിൽ കാണുന്നത്? കഠിന യാതനകൾ സഹിച്ചു നേടിയെടുത്ത സ്വാതന്ത്ര്യത്തെയും ജനാധിപത്യത്തെയും നിലനിർത്തുവാൻ ഇന്നു ഈ രാജ്യത്തു ഇന്ത്യൻ നാഷണൽ കോൺഗ്രസല്ലാതെ മറ്റൊരു കക്ഷിയുണ്ടോ? ജനാധിപത്യത്തിലും സ്വതന്ത്രമായ വോട്ടവകാശത്തിലും വിശ്വസിക്കാത്ത കമ്യൂണിസ്റ്റു പാർട്ടി, കോൺഗ്രസിന്റെ നിലനില്പാണ് ജനാധിപത്യത്തിന്റെ ശക്തിദുർഗ്ഗം എന്നു മനസ്സിലാക്കിക്കൊണ്ടല്ലേ ആദർശപരമായി പൊരുത്തമില്ലാത്ത രാഷ്ട്രീയവും വർഗ്ഗീയവുമായ പാർട്ടികളുമായി ചേർന്നു കോൺഗ്രസിനെ നശിപ്പിക്കുവാൻ ശ്രമിക്കുന്നത്? ആ യത്നം ജയിച്ചാൽ പിന്നെ ഈ ചെറിയ പാർട്ടികളിൽ ഒന്നെങ്കിലും അവശേഷിക്കുമോ? ഒരു സൽഭരണമാണവരുടെ ഉദ്ദേശമെങ്കിൽ ഇതിനുള്ള അവസരം ഇതിനു മുൻപു രണ്ടു തവണ അവർക്കു ലഭിച്ചതല്ലേ? കോൺഗ്രസുകാരായിരുന്ന പതിനഞ്ചു അംഗങ്ങൾ മറുപക്ഷം ചേർന്നു കോൺഗ്രസ് മന്ത്രിസഭയെ മറിച്ചിട്ടപ്പോൾ പ്രതിപക്ഷത്തിന് തികഞ്ഞ ഉത്തരവാദിത്വമുണ്ടായിരുന്നിട്ടും ഒരു മന്ത്രിസഭ ഉണ്ടാക്കി ജനങ്ങൾക്കു ഒരു ഭരണകൂടം നല്കി കേരളത്തിനുണ്ടായ അവഗണനയിൽനിന്ന് അവർ അതിനെ രക്ഷിച്ചോ? ആയിരത്തിത്തൊള്ളായിരത്തി അറുപത്തിയഞ്ചിലെ തിരഞ്ഞെടുപ്പിൽ പ്രതിപക്ഷത്തിന് ജനങ്ങൾ ഭൂരിപക്ഷം നല്കി മാനിച്ചിട്ടും ഒരു മന്ത്രിസഭയുണ്ടാക്കുവാനുള്ള അവരുടെ ധാർമ്മികമായ ഉത്തരവാദിത്വത്തിൽനിന്നും അവർ വഴുതി മാറുകയല്ലേ ചെയ്തുള്ളൂ മറ്റു നിവൃത്തിയില്ലാത്തതിനാൽ മാത്രം ജനാധിപത്യ പ്രക്രിയയായ വോട്ടിങ് രീതിയിലൂടെ ശക്തി കയ്യടക്കിയ ശേഷം ആ പ്രക്രിയയേത്തന്നെ എന്നെന്നേക്കുമായി നിർമ്മാർജ്ജനം ചെയ്ത് ഒരു രണ്ടാം റെഡ് ഗാർഡുകളുടെ

ചൈനയാക്കി ഭാരതത്തെ മാറ്റുവാനും, അതിനീ കൊച്ചു കേരളത്തെ താവളമാക്കുവാനുള്ള ഭീകരമായ പദ്ധതിയുടെ ആരംഭമല്ലേ, ഈ തിരഞ്ഞെടുപ്പിലൂടെ നടപ്പാക്കാൻ ഇടതുപക്ഷ കമ്യൂണിസ്റ്റുപാർട്ടി ശ്രമിക്കുന്നത്? അരാജകത്വത്തിലും ദാരിദ്ര്യത്തിലും ജനങ്ങളെ പൊറുതിമുട്ടിച്ച് അതിലൂടെ വിപ്ലവം വാർത്തെടുക്കാമെന്നല്ലേ അവരുടെ വ്യാമോഹം? ഒരു സൽഭരണം ഉണ്ടായിരിക്കുക എന്നുള്ളത് അവരുടെ പദ്ധതിക്കുതന്നെ ഹാനികരമായിരിക്കെ അവർ അതിന് അവസരം നല്കുമോ? ജനങ്ങളിൽ ചേരിതിരിവും സംഘർഷവും വളർത്തി ക്രമസമാധാനവും സ്വതന്ത്രമായ നീതിനിർവ്വഹണ സമിതികളും ഇല്ലായ്മ ചെയ്യുവാനല്ലേ അവരുടെ ശ്രമം? ഇതെല്ലാം അറിയാവുന്ന താങ്കൾ എന്നോടൊത്തു നില്ക്കുമെന്ന് എനിക്കു വിശ്വാസമുണ്ട്. ഭിന്നതകളും തുച്ഛമായ അഭിപ്രായ വ്യത്യാസങ്ങളുമുണ്ടെങ്കിൽപ്പോലും അവയെല്ലാം മറന്ന് മഹത്തായ ഈ സംഘടനയെ ബലപ്പെടുത്തുവാനുള്ള എന്റെ എളിയ ശ്രമത്തിൽ താങ്കളും പങ്കുചേരുകയും കാഞ്ഞിരപ്പള്ളി നിയോജകമണ്ഡലത്തിലെ ഇന്ത്യൻ നാഷണൽ കോൺഗ്രസ് സ്ഥാനാർത്ഥിയായി മത്സരിക്കുന്ന എന്നെയും, പീരുമേടു പാർലമെന്റ് കോൺഗ്രസ് സ്ഥാനാർത്ഥിയായി മത്സരിക്കുന്ന ശ്രീ. കെ ടി തോമസ്സിനെയും വിജയിപ്പിക്കുകയും ചെയ്യണമെന്ന് താങ്കളോടു വിനീതമായി അഭ്യർത്ഥിച്ചുകൊണ്ട്

സ്നേഹപുരസ്സരം

അക്കമ്മ വർക്കി (Sd.)
(കാഞ്ഞിരപ്പള്ളി നിയോജകമണ്ഡലം കോൺഗ്രസ് സ്ഥാനാർത്ഥി)

അനുബന്ധം 3

തിരുവനന്തപുരം മെത്രാപ്പോലീത്താ യുടെ പിന്തുണ കോൺഗ്രസിന്

10-1-1967 ൽ തിരുവനന്തപുരം മെത്രാപ്പോലീത്താ ബനഡിക്റ്റ് മാർഗ്രിഗോറിയോസ് തിരുമേനി പ്രസിദ്ധപ്പെടുത്തിയ സർക്കുലർ.

അടുത്തുവരുന്ന തിരഞ്ഞെടുപ്പിൽ അവലംബിക്കേണ്ട നിലപാടിനെപ്പറ്റി ചില വൈദീകരും വിശ്വാസികളും നമ്മോടു ആരായുകയുണ്ടായി. ഈ വിഷയത്തിൽ എല്ലാവരും അറിഞ്ഞിരിക്കേണ്ട ചില വസ്തുതകളും തത്ത്വങ്ങളുമാണ് താഴെ ചേർക്കുന്നത്.

"സമാധാനദായകർ അനുഗ്രഹീതർ; അവർ ദൈവത്തിന്റെ മക്കളെന്നു വിളിക്കപ്പെടും."

നാനാവിധത്തിലുള്ള കലഹങ്ങൾമൂലം പുരോഗതിയ്ക്കുള്ള മാർഗ്ഗങ്ങൾ അടഞ്ഞു വീർപ്പു മുട്ടുന്ന നമ്മുടെ ഈ കേരളത്തിൽ സൗമനസ്യത്തോടും രമ്യതയോടും കൂടി വർത്തിക്കുവാൻ എല്ലാവരേയും പ്രേരിപ്പിക്കുന്നതിനു ക്രിസ്തുവിന്റെ അനുയായികൾക്കുള്ള കടമ ഒന്നു പ്രത്യേകമാണ്. ഇതുപോലെയുള്ള സാഹചര്യത്തിൽ സഭാദ്ധ്യക്ഷന്മാരുടെ ചുമതല രണ്ടാം വത്തിക്കാൻ സുന്നഹദോസ് ശരിയായി ഉൽബോധിപ്പിക്കുന്നുമുണ്ട്. ഈ പരമാർത്ഥങ്ങൾ മുൻനിർത്തി കേരളത്തിൽ വിഭിന്നകക്ഷികളായി നില്ക്കുന്ന കോൺഗ്രസുകാരെ ഒന്നിപ്പിക്കുവാൻ കഴിഞ്ഞ ഒരു വർഷം നാം മുൻകൈയെടുത്ത് പ്രവർത്തിക്കുകയായിരുന്നു. അതതു സമയത്ത് മറ്റു ക്രിസ്തീയ സഭാദ്ധ്യക്ഷന്മാരെ വിവരങ്ങൾ ധരിപ്പിക്കുകയും അവരുടെ സമ്മതത്തോടുകൂടി തുടർന്ന് കൂടിയാലോചന നടത്തുകയുമാണ് ചെയ്തിരുന്നത്. 1966 മാർച്ചുമാസം 15-ാം തീയതി നാഷണൽ കോൺഗ്രസിന്റെ നേതാക്കന്മാരെയും പിറ്റേന്ന് കേരളാ കോൺഗ്രസിന്റെ പ്രതിപുരുഷന്മാരെയും നാം കണ്ടു. അവരുമായി വെവ്വേറെ സംഭാഷണം നടത്തി. പൊതുവെ ഐക്യത്തെപ്പറ്റി അനുകൂലമായ അഭിപ്രായം ഇരു

കൂട്ടരും പ്രകടിപ്പിച്ചു. ഈ ഐക്യത്തിന്റെ അന്ത്യരൂപം എന്തായിരിക്കണമെന്നു പിന്നീടു ചർച്ച ചെയ്തു തീരുമാനമെടുക്കുവാൻ വിട്ടു.

അതിനുശേഷം തുടർച്ചയായി ഇരുകക്ഷികളിലെയും പ്രതിനിധികളെ നാം പ്രത്യേകം പ്രത്യേകം കണ്ടു സംസാരിച്ചുകൊണ്ടിരുന്നു. ഒന്നുരണ്ടു മാസങ്ങൾ കഴിഞ്ഞു ഏതാനും ചില വ്യവസ്ഥകളെ അടിസ്ഥാനമാക്കി മാതൃ സംഘടനയായ കോൺഗ്രസിലേക്ക് തിരികെ വരുവാൻ അനുകൂലമാണെന്നും അതിനു തന്റെ പാർട്ടിയെ സമ്മതിപ്പിക്കുവാൻ പ്രയാസമില്ലെന്നും കേരളാകോൺഗ്രസ് നേതാവ് ശ്രീ കെ എം ജോർജ്ജ് നമ്മെ അറിയിച്ചു. ശ്രീ. ജോർജ്ജുമായുള്ള വിശദമായ ചർച്ചകൾക്കു ശേഷം അദ്ദേഹം എഴുതിയ വ്യവസ്ഥകളുമായി ഈ ചർച്ചകളിലെല്ലാം നമ്മോടുകൂടിയുണ്ടായിരുന്ന ശ്രീമാന്മാരായ ജോർജ്ജു വറുഗ്ഗീസ് കണ്ണന്താനം, വി കെ ചാക്കോ എന്നിവരെ ഇന്ത്യൻ നാഷണൽ കോൺഗ്രസ് പ്രസിഡന്റ് ശ്രീ. കാമരാജിന്റെ പക്കൽ നാം അയച്ചു. ഈ കാര്യം സംബന്ധിച്ച് കോൺഗ്രസിന്റെ ഏറ്റം ഉന്നതതലത്തിലുള്ള നേതാവിന്റെ ഉറപ്പു വേണമെന്ന് ശ്രീ. കെ എം ജോർജ്ജ് ആവശ്യപ്പെട്ടതനുസരിച്ചാണ് ശ്രീ കാമരാജിനെത്തന്നെ സമീപിച്ചത്. ശ്രീ. കാമരാജ് നമ്മുടെ പ്രതിനിധികളെ സസന്തോഷം സ്വാഗതം ചെയ്യുകയും മേൽപ്പറഞ്ഞ വ്യവസ്ഥകളെ പൊതുവെ സ്വീകരിക്കുകയും ചെയ്തു. കേരളാകോൺഗ്രസുകാർക്ക് ന്യായമായി ഉന്നയിക്കാവുന്ന എല്ലാ വ്യവസ്ഥകളും ഇവയിൽ ഉണ്ടായിരുന്നു. മാത്രമല്ല ഇവകൂടാതെ വേറെ വ്യവസ്ഥകൾ ഉന്നയിക്കുന്നപക്ഷം അവയും പരിഗണിക്കാമെന്ന് ശ്രീ. കാമരാജ് ഏല്ക്കുകയും ചെയ്തു. കാര്യങ്ങൾ ആശാവഹമായി പുരോഗമിക്കുന്നുവെന്ന് ബോദ്ധ്യമായതിനാൽ ഈ വിവരം നാം പ്രധാനമന്ത്രിയേയും അറിയിക്കുകയുണ്ടായി.

രാഷ്ട്രീയമായ വിലപേശലുകളിൽ പങ്കെടുക്കുവാൻ നമുക്ക് താല്പര്യമില്ലാതിരുന്നതുകൊണ്ട് കൂടുതൽ വിശദമായ ചർച്ചകൾക്കു വേണ്ടി ശ്രീ. കെ എം ജോർജ്ജിനെ കണ്ടു സംസാരിക്കുന്നതിന് ആരെയെങ്കിലും നിയോഗിക്കുവാൻ കോൺഗ്രസ് പ്രസിഡന്റ് ശ്രീ. കാമരാജിനോട് നാം ആവശ്യപ്പെട്ടു. ശ്രീ. കാമരാജിന്റെ നിർദ്ദേശമനുസരിച്ച് ശ്രീ. എ എം തോമസ് കേരളത്തിൽ വന്നു ശ്രീ. ജോർജ്ജുമായി ചർച്ച നടത്തുകയും വളരെ പ്രതീക്ഷയോടെ തിരിച്ചു പോകുകയും ചെയ്തു. നാം വീണ്ടും ശ്രീ. ജോർജ്ജിനെ കണ്ടു. പുതുതായി എന്തെങ്കിലും വ്യവസ്ഥകൾ ഉന്നയിക്കുന്നപക്ഷം അവയും കോൺഗ്രസ് ഹൈക്കമാൻഡിനെ നാം അറിയിക്കുന്നതാണെന്ന് അദ്ദേഹത്തോടു പറയുകയും ചെയ്തു. അതിനുശേഷം മുൻ നിശ്ചയമനുസരിച്ച് ബാംഗ്ലൂരിൽ ശ്രീ. എ എം തോമസുമായി നാം വീണ്ടും സംസാരിച്ചു. ന്യായമായ ഒരു തീരുമാനം ഉണ്ടാകുകയും ഇങ്ങനെ കേരളത്തിന്റെ പൊതുജീവിതത്തിൽ സമാധാനപരമായ ഒരന്തരീക്ഷം കൈവരുകയും ചെയ്യുമെന്ന് പ്രതീക്ഷിച്ചിരുന്ന ഈ അവസരത്തിൽ, യാതൊരു മുന്നറിയിപ്പും കൂടാതെ ശ്രീ. കെ എം ജോർജ്ജ് അദ്ദേഹം നല്കിയിരുന്ന വാഗ്ദാനങ്ങൾക്കു വിപരീതമായി നാഷണൽ

കോൺഗ്രസിന്റെ നയങ്ങളെ ആപാദചൂഡം വിമർശിച്ചുകൊണ്ട് ഇംഗ്ലീഷ് പത്രങ്ങളിൽ പ്രസിദ്ധം ചെയ്ത ഒരു ലേഖനമാണ് നാം കണ്ടത്. ആദ്യം ഇത് നമുക്ക് വിശ്വസിക്കുവാൻ കഴിഞ്ഞില്ല. ഇപ്രകാരമുള്ള ഒരു പെരുമാറ്റത്തെ എങ്ങനെയാണു വിധിക്കേണ്ടതെന്നോർത്ത് നാം അത്ഭുതപ്പെട്ടു. ഈ സംഭവം കഴിഞ്ഞിട്ട ഇപ്പോൾ അഞ്ചാറു മാസങ്ങളായെങ്കിലും ഇതുവരെയും ശ്രീ. ജോർജ് ഈ വ്യതിയാനത്തിനുള്ള കാരണങ്ങളെപ്പറ്റി ഒരു സൂചനപോലും നമുക്ക് നല്കിയിട്ടില്ല.

നാഷണൽ കോൺഗ്രസിലെ എണ്ണപ്പെട്ട നേതാക്കന്മാർ വളരെ തുറന്ന മനസ്സോടും ഔദാര്യത്തോടും കൂടിയാണ് കേരളാ കോൺഗ്രസ്സിനെ സമീപിക്കുകയും ശ്രീ. കെ എം ജോർജ്ജ് ഉന്നയിച്ച വ്യവസ്ഥകൾ സ്വീകരിക്കുകയും ചെയ്തതെന്ന സത്യം നിഷേധിക്കുവാൻ സാദ്ധ്യമല്ല. അഭിമാനത്തോടുകൂടി കേരളാ കോൺഗ്രസ് നേതാക്കന്മാർക്കു കോൺഗ്രസുമായി യോജിക്കുന്നതിനും പൊതുജനങ്ങളിൽ കോൺഗ്രസിനോട് വിശ്വാസം ജനിപ്പിക്കുന്നതിനും തക്കതായ ഒരു സാഹചര്യമായിരുന്നു സംജാതമായത്. രാജ്യത്ത് ഐക്യവും ഭദ്രതയും കൈവരുത്തുന്നതിനുള്ള ഒരു സുവർണ്ണാവസരം തള്ളിക്കളഞ്ഞു കൊണ്ടാണ് കേരളാ കോൺഗ്രസ് ഇന്നത്തെ നിലപാട് സ്വീകരിച്ചത്. ഈ നിലപാടിന്റെ ദൂരവ്യാപകമായ ഫലങ്ങൾ ഏറ്റം ഭയാനകങ്ങളാണ്. 1) ജനായത്തവോട്ടുകൾ ഭിന്നിപ്പിക്കുന്നതു നിരീശ്വരവിപ്ലവകക്ഷികൾക്കു ശക്തി കൂട്ടുകയാണ്. 2) ന്യൂനപക്ഷങ്ങളെ വികാരാവേശത്തിന്റെ പേരിൽ രാഷ്ട്രീയ പാർട്ടികളായി തട്ടിക്കൂട്ടുവാൻ ശ്രമിക്കുന്നത് മതപരവും സാമുദായികവുമായ രംഗത്ത് ഭയങ്കര കലാപങ്ങൾ വിളിച്ചുവരുത്തുകയാണ്. സമൂഹജീവിതത്തിൽ സമാധാനദൂതന്മാരായി വർത്തിക്കേണ്ട ക്രിസ്ത്യാനികളിൽ ആരെങ്കിലും ഭിന്നതയ്ക്കു പ്രോത്സാഹനം നല്കുന്നുവെങ്കിൽ അത് അന്ധതയുടെ പാരമ്യമെന്നല്ലാതെ എന്തു പറയുവാനാണ്?

ഇന്ത്യയിലെ കത്തോലിക്കാമേലദ്ധ്യക്ഷന്മാർ ഇന്ത്യയെ സംബന്ധിച്ചു പൊതുവെയും കേരളത്തിലെ വിവിധ സഭാദ്ധ്യക്ഷന്മാർ കേരളത്തെപ്പറ്റി പ്രത്യേകിച്ചും ജനായത്ത വോട്ടുകൾ കാര്യക്ഷമമായി വിനിയോഗിക്കുന്നതിനുള്ള മാർഗ്ഗം സാവകാശമായി ചിന്തിച്ച് ഖണ്ഡിതമായ തീരുമാനങ്ങൾ കൈക്കൊണ്ടിട്ടുണ്ട്. താല്ക്കാലികമായ തോന്നലുകൾക്കും വാശിക്കും അനുരൂപമായി സഭാമേലദ്ധ്യക്ഷന്മാരുടെ പ്രസ്താവനകളെ വളച്ചൊടിക്കുകയും അവരുടെ വ്യക്തമായ നിർദ്ദേശത്തിനു കടകവിരുദ്ധമായി പ്രവർത്തിക്കുകയും ചെയ്യുന്നത് ക്രിസ്തീയ ജീവിതത്തിന്റെ കെട്ടുറപ്പിനെ ദുർബ്ബലമാക്കുകയാണ്. സാധാരണ ജനങ്ങളുടെ യഥാർത്ഥനന്മയെ മുൻനിർത്തിയും രാജ്യത്തിന്റെ പൊതുക്ഷേമത്തെ കണക്കിലെടുത്തും പിതാക്കന്മാർ ദീർഘകാലത്തെ പ്രാർത്ഥനയുടെയും ചർച്ചയുടെയും ഫലമായി എടുത്ത തീരുമാനം അനുസരിക്കുകയെന്നുള്ളത് ഏതൊരു ക്രിസ്ത്യാനിയുടെയും പ്രാഥമിക ചുമതല മാത്രമാണ്. പിതാക്കന്മാരുടെ പൊതുവായ ഇടയലേഖനത്തിൽ ഒരു പ്രത്യേക പാർട്ടി

യുടെ പേരു എടുത്തുപറഞ്ഞില്ലെന്നേയുള്ളൂ. അവരുടെ ഉദ്ദേശത്തെപ്പറ്റി യാതൊരു സംശയത്തിനും വകയില്ല. ഇന്നത്തെ പ്രത്യേക സാഹചര്യ ങ്ങളിൽ കോൺഗ്രസ് പാർട്ടിക്കു വോട്ടു നല്കുന്നതാണ് ഏറ്റം വിവേക പൂർവ്വമെന്നായിരുന്നു പിതാക്കന്മാരുടെ അഭിമതം.

വാശിയും വൈരാഗ്യവും അല്പനാളുകൾക്കുള്ളിൽ ഇല്ലാതാകം. എന്നാൽ അവ മൂലമുണ്ടാകുന്ന ദോഷഫലങ്ങൾ എളുപ്പം മാറ്റുവാൻ സാദ്ധ്യമായിരിക്കുകയില്ല.

കേരളാകോൺഗ്രസ്സിന്റെ നേതാക്കന്മാർ അവരുടെ ഇന്നത്തെ നില പാടുമൂലം ശുദ്ധഗതിക്കാരായ ഏതാനുംപേരെ വഴിതെറ്റിക്കുകയും, രാജ്യത്തു അസ്വസ്ഥത വർദ്ധിപ്പിക്കുകയും പ്രതിലോമശക്തികളെ ബല പ്പെടുത്തുകയും ചെയ്യാമെന്നല്ലാതെ ശാശ്വതമായ യാതൊരു നന്മയും ക്രിസ്ത്യാനികൾക്കോ, രാജ്യത്തിനോ കൈവരുത്തുന്നതല്ല.

രാഷ്ട്രീയപക്വത വന്നവരെപ്പോലെ ജനായത്തത്തിന്റെ പൊരുൾ നാം ശരിയായി മനസ്സിലാക്കണം. സ്ഥാനാർത്ഥികളുടെ പ്രത്യേകതകളെക്കാൾ വ്യക്തമായ ഒരു പരിപാടിയോടും കൂടി, ഉറപ്പുള്ള ഒരു ഗവൺമെന്റ് നല്കു ന്നതിനു പര്യാപ്തമായ ഒരു പാർട്ടിക്കാണ് പ്രാധാന്യം നല്കേണ്ടത്. അങ്ങ നെയുള്ള ഒരു പാർട്ടിയെ സർവ്വാത്മാനാ സഹായിക്കുകയാണ് നമ്മുടെ ഇന്നത്തെ കർത്തവ്യം. ഇപ്രകാരമുള്ള ഒരു പാർട്ടി ഇന്നു ഇന്ത്യൻ നാഷ ണൽ കോൺഗ്രസുമാത്രമാണ്.

മനുഷ്യന്റെ ശക്തിയിലല്ല, ദൈവത്തിന്റെ കാരുണ്യത്തിലാണ് നമ്മുടെ ആശ്രയം. നമ്മുടെ രാജ്യത്തിന്റെയും നമ്മുടെ ജനതയുടെയും ഭാവി തുലാസിൽ ആടുന്ന ഈ അവസരത്തിൽ വിനയത്തോടും ഹൃദയ താപത്തോടും കൂടി ദൈവത്തിൽ നമുക്ക് ശരണം പ്രാപിക്കാം. അങ്ങ യോടു നമുക്ക് മുട്ടിപ്പായി പ്രാർത്ഥിക്കാം. കേരളത്തെയും ഭാരതത്തെയും അവിടുന്നു സംരക്ഷിക്കട്ടെ. എല്ലാവർക്കും ശാന്തിയും ഐശ്വര്യവും നല്കട്ടെ!

ബനഡിക്റ്റ് മാർഗ്രിഗോറിയോസ്
തിരുവനന്തപുരം മെത്രാപ്പോലീത്താ.

തിരുവനന്തപുരം.
ഒപ്പ്

അനുബന്ധം 4

മീനച്ചിൽ ഉപതിരഞ്ഞെടുപ്പ്

അടുത്ത തിങ്കളാഴ്ചയാണ് തിരഞ്ഞെടുപ്പ്. ഈ മണ്ഡലത്തിലെ ബഹുഭൂരിപക്ഷം വോട്ടറന്മാരും ആരെ, ആർക്കുവേണ്ടി, എന്തിന് വോട്ടു ചെയ്യണം എന്നു തീരുമാനിച്ചുകഴിഞ്ഞിട്ടുണ്ട്. രണ്ടു സ്ഥാനാർത്ഥികൾ തമ്മിലാണ് മത്സരം നടക്കുന്നത്. സ്വതന്ത്രസ്ഥാനാർത്ഥി ശ്രീമതി അക്കമ്മ ചെറിയാനും കോൺഗ്രസ് സ്ഥാനാർത്ഥി ശ്രീ. ജോർജ്ജ് തോമസും. തിരഞ്ഞെടുപ്പു പ്രചാരണങ്ങളിൽ രണ്ടു കക്ഷികളും അവരവരുടെ യോഗ്യതകളും അപരകക്ഷിയുടെ അയോഗ്യതകളും വിളിച്ചു പറയുന്നുണ്ട്. കോൺഗ്രസ് സംഘടനയ്ക്കും അതിന്റെ സ്ഥാനാർത്ഥി ശ്രീ. കൊട്ടുകാപ്പള്ളിക്കും ഒട്ടേറെ തകരാറുകളുണ്ട്. അതിനെ നിഷേധിക്കാൻ കോൺഗ്രസിനു കഴിയുകയില്ല. ശ്രീമതി അക്കമ്മ പ്രതിനിധീകരിക്കുന്നത് ഈ നാട്ടിലെ ബഹുജനങ്ങളെയാണ്. കറതീർന്ന മതവിശ്വാസികൾ ധാരാളംപേർ അക്കമ്മ ചെറിയാന്റെ വിജയത്തിനു പണിയെടുക്കുന്നുണ്ട്. കോൺഗ്രസുകാർ, കമ്യൂണിസ്റ്റുകാർ, പി എസ് പി, ആർ എസ് പി, കെ എസ് പി തുടങ്ങിയ ഈ തിരു-കൊച്ചിയിലെ എല്ലാ ബഹുജനസംഘടനകളും ശ്രീമതി അക്കാമ്മയെ സഹായിക്കുന്നുണ്ട്. ശ്രീമതിയുടെ വ്യക്തിത്വത്തെയോ, സേവനാ പാരമ്പര്യത്തെയോ, ധീരതയെയോപ്പറ്റി, എതിർപക്ഷത്തിന് ഒരു ന്യൂനതയും പറയാനില്ല. അവർ, അക്കാമ്മയെപ്പറ്റി ദുഷ്പ്രചാരണം നടത്തുന്നത് "കമ്യൂണിസ്റ്റാണ് അക്കമ്മ" എന്നാണ്. കമ്യൂണിസ്റ്റുപാർട്ടിയെയും, അവരുടെ ചെയ്തികളെപ്പറ്റിയുമാണ് കോൺഗ്രസുകാർ പ്രസംഗിക്കുന്നത്. 75% ഭൂരിപക്ഷമുള്ള കോൺഗ്രസ്സിന് കേന്ദ്രത്തിൽ ഒരു സുശക്തമായ ഗവൺമെന്റുണ്ട്. ആ 75% ഭൂരിപക്ഷത്തിന് എതിരായി സ്വതന്ത്രയായ ശ്രീമതി അക്കമ്മ ചെറിയാൻ വിജയിച്ചാൽ ഇന്ത്യ മുഴുവൻ റഷ്യക്ക് അടിയറവെക്കേണ്ടതായി വരുമെന്നാണ് തിരു-കൊച്ചിയിലെ കോൺഗ്രസുകാർ പ്രചാരണം നടത്തുന്നത്. അതിന്റെ പൊള്ളത്തരം രാഷ്ട്രീയമറിയാവുന്ന ഈ നിയോജകമണ്ഡലത്തിലെ വോട്ടറന്മാർക്കു

വ്യക്തമാക്കേണ്ടതില്ല. ശ്രീമതി അക്കമ്മ ചെറിയാൻ വിളിച്ചുപറയുന്നു അവർ കമ്യൂണിസ്റ്റല്ലെന്ന്. കമ്യൂണിസ്റ്റു പാർട്ടി പ്രഖ്യാപിക്കുന്നു, അക്കമ്മ ചെറിയാൻ അവരുടെ പാർട്ടിയുടെ അംഗമല്ലെന്ന്. കാഞ്ഞിരപ്പള്ളി പള്ളിയുടെ വികാരിഅച്ചനോ, ചങ്ങനാശ്ശേരി രൂപതയുടെ മെത്രാനച്ചൻ തിരുമേനിയോ അക്കമ്മചെറിയാൻ കമ്യൂണിസ്റ്റാണ് എന്നു പ്രഖ്യാപിച്ചിട്ടില്ല. മതകാര്യങ്ങൾ നന്നായി അറിയാവുന്ന ശ്രീ. കൊട്ടുകാപ്പള്ളിയും കൈമണിക്കാരും കത്തോലിക്കമതത്തോടു ചെയ്യുന്ന ഈ നീതികേട് തികഞ്ഞ അവഗണനയോടെയാണ് ഈ നാട്ടിലെ മതവിശ്വാസികൾ മനസ്സിലാക്കുന്നത്.

ഏതായാലും കോൺഗ്രസിന്റെ ആ ബ്രഹ്മാസ്ത്രം ഏറ്റില്ല. തിരു-കൊച്ചി കോൺഗ്രസ്സ് മരണകരമായ ജ്വരം പിടിച്ച് കിടപ്പിലാണ്. 'സന്നി' കൊണ്ട ആ രോഗി വിളിച്ചുപറയുന്ന പിച്ചും പേയും ഈ നാട്ടിലെ വോട്ടറന്മാർ കാര്യമാക്കുന്നില്ല. ഇവിടെ നടക്കുന്ന തിരഞ്ഞെടുപ്പ് നെഹ്റുവും മലങ്കോവും തമ്മിലില്ല. കോൺഗ്രസും കമ്യൂണിസവും തമ്മിലല്ല. ശ്രീ ജോർജ്ജ് തോമസും, ശ്രീമതി അക്കമ്മ ചെറിയാനും ഏതുപാർട്ടിയിൽപെട്ടവരാണെന്ന് ഈ മണ്ഡലത്തിലെല്ലാവർക്കും വ്യക്തമായി അറിയാം. കഴിഞ്ഞ തിരഞ്ഞെടുപ്പിൽ ഭൂരിപക്ഷം കിട്ടാത്ത കോൺഗ്രസും ഒറ്റസീറ്റു പോലും കിട്ടാതിരുന്ന റിപ്പബ്ലിക്കൻ പ്രജാപാർട്ടിയും ചേർന്നുള്ള അവിശുദ്ധമായ ഒരു ഐക്യമുന്നണിയുടെ സ്ഥാനാർത്ഥിയാണ് ശ്രീ. കൊട്ടുകാപ്പള്ളി, ആദർശധീരതയും ആത്മീയസത്തയും സേവനചരിത്രവും, സമര പാരമ്പര്യവുമുള്ള 114-ലെ സ്റ്റേറ്റു കോൺഗ്രസിന്റെ സ്ഥാനാർത്ഥിയാണ് ശ്രീമതി അക്കമ്മ. പ്രതിഫലചിന്ത കൂടാതെ കോൺഗ്രസിനുവേണ്ടി അന്നു പണിയെടുത്തിരുന്ന എല്ലാ ദേശാഭിമാനികളും അക്കമ്മയുടെ പക്ഷത്തുണ്ട്.

മീനച്ചിൽ, തൊടുപുഴ, ചങ്ങനാശ്ശേരി, കോട്ടയം, ദേവികളും, പീരുമേട് തുടങ്ങിയ താലൂക്കുകൾ ഉൾക്കൊള്ളുന്ന ഈ പാർലമെന്റ് മണ്ഡലത്തിന് മഹത്തായ ഒരു സേവന ചരിത്രമുണ്ട്. മലയോടും മലമ്പനിയോടും മടുക്കാതെ സമരം ചെയ്യുന്നവരാണ് ഈ നാട്ടുകാർ. നാടിന്റെ മോചന സമരത്തിൽ കയ്യൊപ്പുപതിച്ചിട്ടുള്ള ധീരഭടന്മാരുടെ നാടാണിത്. മലനാടിന്റെ പ്രിയപ്പെട്ട മക്കൾ ഈ നാട്ടിലുണ്ടായിട്ടുള്ള അസമത്വങ്ങൾക്കും, അനീതികൾക്കുമെതിരെ ശബ്ദമുയർത്തിയിട്ടുള്ളവരാണ്. അവർ ഇതാ ഒരു പുതിയ ചരിത്രത്തിൽ ഒപ്പുവയ്ക്കുവാൻ പോകുന്നു; ഒരു പുതിയ ഘട്ടം ഉദ്ഘാടനം ചെയ്യാൻ പോകുന്നു. പണച്ചാക്കുകൾക്കിടയിൽപ്പെട്ടു മരിക്കാറായ അവരുടെ പ്രിയപ്പെട്ട കോൺഗ്രസിനെ മോചിപ്പിക്കുവാൻ പോകുന്നു. കോൺഗ്രസിന്റെ തീർത്ഥസ്ഥലത്തു നിന്നുകൊണ്ട് അവിടം അശുദ്ധമാക്കുന്ന കൊട്ടുകാപ്പള്ളി കൂട്ടരെ കെട്ടുകെട്ടിക്കാൻ പോകുന്നു. എസ്റ്റേറ്റുകൾ വിലയ്ക്കെടുക്കുന്ന പണക്കാരന് ബാങ്കു നടത്തി കൊള്ളലാഭമെടുക്കുന്ന സാമ്പത്തിക വിദഗ്ദ്ധന് സാദ്ധ്യമല്ലെന്ന് പ്രഖ്യാപിക്കാൻ പോകയാണ്. പ്രതിഫലമാഗ്രഹിക്കാത്ത സേവനത്തിനും, ആത്മാർത്ഥതക്കും, ത്യാഗസന്നദ്ധതയ്ക്കും മാത്രമേ ജനഹൃദയങ്ങളെ കീഴടക്കാൻ സാധിക്കയുള്ളൂ എന്ന് തെളിയിക്കാൻ പോകുകയാണ്. പണം കണ്ട് ഈ നാട്ടുകാരുടെ തഴമ്പിച്ച കൈകൾ തരുതരുക്കയി

ല്ല. ഒരു ഡോളർ രാജനെക്കാൾ ഒരു ധീരദേശാഭിമാനിയെയാണ് ഈ നാട്ടുകാർ ഇഷ്ടപ്പെടുന്നത്. കാഞ്ഞിരപ്പള്ളിയിലെയും ഇരവിപുരത്തെയും കോട്ടയത്തെയും വോട്ടറന്മാർ കഴിഞ്ഞ പൊതുതിരഞ്ഞെടുപ്പിൽ ചെയ്ത ആ മാതൃകയെയാണ് മീനച്ചിലെ ജനങ്ങൾ സ്വീകരിക്കുന്നത്. പണച്ചാക്കുകൾക്ക് ജനനേതാക്കളെ പരാജയപ്പെടുത്തുക സാദ്ധ്യമല്ല. കെ വി മാത്യു കൊല്ലംകുളത്തിനും വെണ്ടർ കൃഷ്ണപിള്ളയ്ക്കും എ വി ജോർജിനും ആ നിയോജകമണ്ഡലങ്ങൾ കാട്ടിക്കൊടുത്ത വഴി തന്നെ ശ്രീ. കൊട്ടുകാപ്പള്ളിയെയും നമുക്കു ചൂണ്ടിക്കാണിക്കാം. അവർ നടന്നു മറഞ്ഞ ആ വഴിത്താരയിൽ ശ്രീ. കൊട്ടുകാപ്പള്ളിയുടെ കാല്പാടുകൾ പതിയട്ടെ.

ഇന്ത്യൻ നാഷണൽ കോൺഗ്രസും തിരു-കൊച്ചി കോൺഗ്രസും തമ്മിൽ കടലും, കടലാടിയും തമ്മിലുള്ള വ്യത്യാസമുണ്ട്. നെഹ്റു ഒരു മതേതരരാഷ്ട്രം കെട്ടിപ്പടുക്കാൻ ശ്രമിക്കയാണ്. ഇവിടെ കോൺഗ്രസ്സ് എന്തുചെയ്യുന്നു. ഇവിടുത്തെ സാധാരണന്മാരിൽനിന്നു കോൺഗ്രസ് "ഉയർന്നുപോയി" വർഗ്ഗീയസംഘടനകളുടെയും, സ്ഥാപിതതാല്പര്യക്കാരുടെയും, മരവിപ്പിക്കൽ ബിസിനസുകാരുടെയും ഒരു സംഘടനയാണ് ഇന്നു കോൺഗ്രസ്. ഈ നാട്ടിലെ നായന്മാരെയും, ഈഴവരെയും, കത്തോലിക്കരെയും, മഹമ്മദീയരെയും പ്രത്യേകം ചേരികളാക്കിയിരിക്കയാണ്. വിശാലമായ മനുഷ്യ ഹൃദയങ്ങളോടെ തമ്മിലിടപെടാൻ അവരെ ഈ കോൺഗ്രസ് അനുവദിക്കുന്നില്ല. മനുഷ്യൻ ഒരു ജാതിയാകുന്നത് ഇവർക്കിഷ്ടമല്ല. മന്നത്തിനും ശങ്കറിനും തെള്ളിക്കും കോൺഗ്രസിലെ നേതാക്കന്മാരായി നിലനില്ക്കണമെങ്കിൽ ഈ നാട്ടിൽ നായരും, ഈഴവരും കത്തോലിക്കനും വെവ്വേറെയായി നില്ക്കണം. കമ്യൂണിസത്തേക്കാൾ അപകടമായ വർഗ്ഗീയതയിലേക്കാണ് ഈ നാടിനെ കോൺഗ്രസുകാർ വലിച്ചിഴയ്ക്കുന്നത്. ആത്മാർത്ഥതയുള്ളവർ, ത്യാഗികൾ, രാഷ്ട്രീയ പാരമ്പര്യമുള്ളവർ എല്ലാം കോൺഗ്രസുവിടുകയാണ്. തിരുവിതാംകൂറിന്റെ രാഷ്ട്ര പിതാവായ ശ്രീ. പട്ടം ഇന്നു കോൺഗ്രസിലില്ല. കാഞ്ഞിരപ്പള്ളിയുടെ അഭിമാനഭാജനങ്ങളായ ശ്രീമതി അക്കമ്മ ചെറിയാനും ശ്രീ കെ ജെ തോമസും എവിടെ? പൊൻകുന്നത്തിന്റെ പ്രിയപ്പെട്ട ശ്രീ. എ കെ പാച്ചുപിള്ള എവിടെ? തിരുവല്ലയുടെ അനിഷേദ്ധ്യനേതാവ് ശ്രീ. കെ എ മാത്യു എവിടെ? ലത്തീൻ ക്രൈസ്തവരുടെ അഭിമാന സ്തംഭമായ ശ്രീമതി ആനിമസ്ക്രീൻ എവിടെ? ആ ദേശാഭിമാനികളെല്ലാം കോൺഗ്രസിൽ നിന്നും പിന്മാറി. സിംഹളസിംഹമായ ശ്രീ സി കേശവനും അജ്ജയ്യവാഗ്മിയായ ശ്രീ. സി നാരായണപിള്ളയും കോൺഗ്രസുമായി പൊരുത്തമില്ലാതെ കഴിയുന്നതെന്താണ്? സ്വാതന്ത്ര്യസമ്പാദനത്തോടെ കോൺഗ്രസ് ഒരു തസ്കരസംഘമായി, ഒരു ലാഭക്കച്ചവടമായി അധഃപ്പതിച്ചു. ആദർശശുദ്ധിയുള്ളവരും സേവക്കാരെ അകറ്റിനിറുത്തുന്നവരും കോൺഗ്രസിൽ ഒരു 'അനാവശ്യ'മായിത്തീർന്നു. മഹാനായ ശ്രീ. പട്ടത്തിനെ കോൺഗ്രസിലെ സാമ്പത്തിക വിദഗ്ദ്ധന്മാർ പുറംതള്ളി. സ്ഥാപിത താല്പര്യക്കാർക്കും കൊള്ളക്കാർക്കും ശുദ്ധനായ ശ്രീ. പട്ടം ഒരു പ്രതിബന്ധമായിരുന്നു. തിരുവിതാംകൂറിന്റെ ആദ്യത്തെ

ജനകീയ പ്രധാനമന്ത്രിയെ ഗൂഢാലോചനക്കാർ അധികാരത്തിൽനിന്നും നീക്കി. കോൺഗ്രസുനേതൃത്വം നഷ്ടപ്പെട്ടാൽ ശ്രീ. പട്ടത്തിന്റെ വ്യക്തിത്വം ഇല്ലാതാകുമെന്ന് കോൺഗ്രസ് സ്വപ്നം കണ്ടു. എന്നാൽ ഇന്നും നാട്ടിലെ ഏറ്റവും വലിയ ജനനേതാവ് ശ്രീ. പട്ടം തന്നെയാണ്. ജോൺ കഴിഞ്ഞ നിയമസഭയിൽ വിശ്വാസപ്രമേയം അവതരിപ്പിച്ചപ്പോഴും ഒരു പുതിയ തിരഞ്ഞെടുപ്പിനെ അഭിമുഖീകരിക്കുന്ന ഈ സമയത്തും ജനത ഉറ്റുനോക്കുന്നത് ശ്രീ. പട്ടത്തിനെയാണ്. മീനച്ചിൽ പാർലമെന്റു മണ്ഡലത്തിൽ ഒരുപതിരഞ്ഞെടുപ്പുണ്ടാകത്തക്കവിധം എം പി സ്ഥാനം രാജി വച്ച ശ്രീ. പി റ്റി ചാക്കോ ഒരിക്കൽ പാർട്ടിയോഗത്തിൽ പറഞ്ഞു! "കോൺഗ്രസ് ശ്രീ. പട്ടത്തിനോടു കാണിച്ച നീതികേടിനുള്ള ദൈവശിക്ഷയാണ് കോൺഗ്രസിന്റെ അധഃപതനകാരണം" ആരാദ്ധ്യനായ കാരണവരുടെ ശാപമേറ്റു കോൺഗ്രസിന്റെ തറവാട് നശിക്കുകയാണ്. കോൺഗ്രസിന്റെ 'മോസ്കോ'യിലും ആ തകർച്ച അലതല്ലുകയാണ്.

കോൺഗ്രസ് സ്ഥാനാർത്ഥി ശ്രീ. കൊട്ടുകാപ്പള്ളി 30 വർഷമായി കോൺഗ്രസുകാരനാണെന്നും, ഖദർ ധരിക്കുന്ന ആളാണെന്നും അവകാശപ്പെടുന്നു. ആ പണച്ചാക്കിന്റെ കൈമണിക്കാർ പലതും പറയും." ഏകദേശം അരനൂറ്റാണ്ടു മുമ്പു പാലായിലെ ഒരു ശിശുവിനെ മാമോദീസ മുക്കുന്നതിനായി ത്രിവർണ്ണപതാക പുതപ്പിച്ചാണ്, പാലാഫൊറോനപ്പള്ളിയിലേക്കു കൊണ്ടുപോയത്. ആ ഗർഭശ്രീമാനാണ് ഇന്നു മീനച്ചൽ മണ്ഡലത്തിൽ സ്ഥാനാർത്ഥിയായി മത്സരിക്കുന്ന ശ്രീ. കൊട്ടുകാപ്പള്ളി എന്നു പറഞ്ഞാൽ നാമതു വിശ്വസിക്കണമോ? കോൺഗ്രസിന്റെ സമരകാലത്തിലെ എതിരില്ലാത്ത നേതാവു ശ്രീ. പട്ടം-തിരുവിതാംകൂറിന്റെ ആദ്യത്തെ ജനകീയ പ്രധാനമന്ത്രി- പറയുന്നു, അദ്ദേഹം കോൺഗ്രസിലായിരുന്ന കാലത്തെങ്ങും, ജോർജ്ജ് തോമസ് കൊട്ടുകാപ്പള്ളി എന്ന കോൺഗ്രസകാരനെപ്പറ്റി കേട്ടിട്ടില്ലെന്ന്. ശ്രീ. പട്ടം പറഞ്ഞതു ശരിയാണ്. പട്ടം മന്ത്രിസഭ രാജിവച്ചതിനു ശേഷമാണ് കൊട്ടുകാപ്പള്ളി കോൺഗ്രസിനോടടുത്തു തുടങ്ങിയത്. ശ്രീ. ആർ വി തിരുവിതാംകൂർ നിയമസഭാ പ്രസിഡന്റായി പാലായിൽ വന്നപ്പോൾ, ദേശാഭിമാനികളായ പാലാക്കാർ അവരുടെ നേതാവിനെ ആഡംബരപൂർവ്വം സ്വീകരിച്ചപ്പോൾ ശ്രീ. കൊട്ടുകാപ്പള്ളി അനർഹമായി ഒരു ചടങ്ങു നിർവ്വഹിച്ചു. ശ്രീ. ആർ വി യെ ഹാരമണിയിച്ചു സ്വീകരിച്ചു. അക്കാലത്തു ടി എം വർഗ്ഗീസും, സി കേശവനും കോൺഗ്രസ് പ്രചാരണത്തിനായി പാലായിൽ വന്നു. കൊട്ടുകാപ്പള്ളി അവരെ വീട്ടിൽ കൊണ്ടുചെന്നു സല്ക്കരിച്ചു. മന്നത്തിന്റെ ഭാഷയിൽ പറഞ്ഞാൽ കൊട്ടുകാപ്പള്ളിയുടെ സല്ക്കാരമര്യാദകളിൽ കോൺഗ്രസ് നേതാക്കന്മാർ വശീകരിക്കപ്പെട്ടു. അദ്ദേഹം കോൺഗ്രസായി. ഒരു നല്ല തുക വിലയ്ക്ക് ശ്രീ. പി റ്റി ചാക്കോയുടെ എം പി സ്ഥാനം തീറുവാങ്ങിച്ചു. അടുത്ത ജനുവരിയിൽ തിരു-കൊച്ചിയിൽ പൊതു തിരഞ്ഞെടുപ്പു നടക്കുന്നുണ്ട്. അതിന്റെ കൂടെ ഈ ഉപതിരഞ്ഞെടുപ്പു നടത്തിയാൽ മതിയായിരുന്നു. പക്ഷേ, കൊട്ടുകാപ്പള്ളി സാമ്പത്തിക വിദഗ്ദ്ധനാണ്. പൊതുതിരഞ്ഞെടുപ്പിന്റെ കൂടെയാണ് ഉപതെരഞ്ഞെടുപ്പെ

ങ്കിൽ പലർക്കും സ്ഥാനാർത്ഥിയാകാൻ വിഷമമില്ല. കഴിഞ്ഞ പൊതുതിരഞ്ഞെടുപ്പിന്റെ വറുതി മാറിയില്ല. മുനിസിപ്പൽ, പഞ്ചായത്ത് തിരഞ്ഞെടുപ്പുകൾ മൂലമുണ്ടായ സാമ്പത്തിക തകർച്ച പലരുമനുഭവിക്കയാണ്. ഈ തക്കത്തിന് വിസ്തൃതമായ മീനച്ചൽ നിയോജകമണ്ഡലത്തിൽ ഒരു തിരഞ്ഞെടുപ്പു നടത്തിയാൽ എതിർസ്ഥാനാർത്ഥികൾ രംഗപ്രവേശം ചെയ്യുകയില്ലെന്നു കൊട്ടുകാപ്പള്ളി തീർച്ചപ്പെടുത്തി. തന്റെ വിശ്വസ്തഭൃത്യനായ എ ജെ ജോണിനെ ഡൽഹിക്ക് അയച്ച് ഉപതിരഞ്ഞെടുപ്പു നടത്താൻ നെഹ്റുവിന്റെ അംഗീകാരം സമ്പാദിച്ചു ഒക്ടോബർ 12 ന് നോമിനേഷൻ പേപ്പർ കൊടുത്തു. ഒരു എം പി യുടെ പ്രൗഢിയോടെ ശ്രീ. കൊട്ടുകാപ്പള്ളി നോമിനേഷൻ സമർപ്പിക്കാൻ കോട്ടയത്തിനു പോയി. 60 ൽ പരം കാറുകൾ അദ്ദേഹത്തിന് അകമ്പടി സേവിച്ചു. മൂന്നു 'ദളവാ'മാർ ആ അവസരത്തിൽ സന്നിഹിതരായി. ആ മഹോത്സവം പ്രമാണിച്ച് കോട്ടയം റ്റി ബി യിൽ നടന്ന സല്ക്കാരത്തിൽ 500 ൽ പരം പ്ലെയിറ്റ് ബിരിയാണി കോൺഗ്രസുകാർ (?) തിന്നുമുടിച്ചു. പക്ഷേ, ആ ആനന്ദം ഒരു ദിവസത്തേക്കു നീണ്ടുനിന്നില്ല. ഈ നാടിന്റെ അഭിമാനമാകെ സ്ത്രീരൂപമെടുത്ത്, തൊഴിലാളികളും, കർഷകരുമായ ഈ നാട്ടിലെ സാധാരണക്കാരന്റെ ആശീർവാദത്തോടെ ഒരു വാളണ്ടിയർ ക്യാപ്റ്റൻ ലക്ഷക്കണക്കിനു നാട്ടുകാരുടെ പിൻബലത്തോടെ കൊട്ടുകാപ്പള്ളിക്ക് എതിരായി പ്രത്യക്ഷപ്പെട്ടു, ശ്രീമതി അക്കമ്മ ചെറിയാൻ. ഒരു അഗ്നിപരീക്ഷണം! കൊട്ടുകാപ്പള്ളി കോൺഗ്രസിനെ കത്തിച്ചുകളയാൻ ഈ നാട്ടിലെ വോട്ടറന്മാരുടെ ഹൃദയങ്ങളിൽനിന്നു തീനാക്കുകളുയരുന്നു.

ഈ ഉപതിരഞ്ഞെടുപ്പിനു കാരണമെന്താണ്? കോൺഗ്രസിന്റെ പി റ്റി ചാക്കോ എന്തിനു രാജി വച്ചു? നാടുനീളെ ഈ ചോദ്യമുയർന്നു. മുഖ്യമന്ത്രി പറഞ്ഞു. "സാമ്പത്തികത്തകർച്ചകൊണ്ടാണ് ചാക്കോ രാജിവച്ചത്. നമ്മുടെ ഐവർജന്നിക്ഷ്സും എബ്രഹാം ലിങ്കണുമായ പനമ്പള്ളിക്ക് ഉത്തരമില്ല. ചാക്കോയോടു ചോദിക്കാൻ കുമ്പളം പറഞ്ഞു. ബുദ്ധിമാൻ കൊട്ടുകാപ്പള്ളി ഒരു പൊടി കൈ പ്രയോഗിച്ചു. മനോരമ മാമ്മൻമാപ്പിളയുടെയും കൊട്ടുകാപ്പള്ളിയുടെയും ദീപിക അച്ചന്റെയും പിതൃ രാജ്യമായ അമേരിക്കയിലേക്ക് ശ്രീ. പി റ്റി ചാക്കോയെ നാടുകടത്തി, പാലാ സെൻട്രൽ ബാങ്കിനോടും ഈസ്റ്റ് ഇന്ത്യ ഏജൻസീസിനോടും താരതമ്യപ്പെടുത്തുമ്പോൾ എം പി സ്ഥാനം നഷ്ടമാണെന്നു സാമ്പത്തിക വിദഗ്ദ്ധൻ കൊട്ടുകാപ്പള്ളി മനസ്സിലാക്കും, സ്ഥാനം രാജിവയ്ക്കും നാം വീണ്ടും കഷ്ടനഷ്ടം സഹിച്ച് ഒരു തിരഞ്ഞെടുപ്പു നടത്തേണ്ടിവരും. പ്രതിഫല ചിന്ത കൂടാതെ ദേശസേവനമനുഷ്ഠിച്ചിട്ടുള്ള ശ്രീമതി അക്കമ്മയെ നമുക്കു വിശ്വസിക്കാം. കോൺഗ്രസുകാരനെപ്പോലെ, ലാഭനഷ്ടം നോക്കിയല്ല അവർ സേവനമനുഷ്ഠിച്ചിട്ടുള്ളത്. അതുകൊണ്ടു നമുക്ക് അക്കമ്മ ചെറിയാനെത്തന്നെ വിജയിപ്പിക്കാം.

കുരുമുളക്, റബ്ബർ, ഏലം, നാളികേരം തുടങ്ങിയ കേരളത്തിന്റെ രത്നങ്ങൾ ഏറ്റവും അധികം വിളയുന്ന പ്രദേശമാണ് മീനച്ചിൽ പാർലമെന്റു നിയോജകമണ്ഡലം. ഇന്ത്യാഗവൺമെന്റ് ഇന്ന് കേരളോല്പനന്ന

ങ്ങളുടെ കാര്യത്തിൽ അനീതി കാണിക്കുന്നു. മറ്റെല്ലാവരെയുംകാൾ അതിന്റെ കെടുതി അനുഭവിക്കുന്നത് ഇവിടുത്തെ മനുഷ്യരാണ്. ഈ നീതികേടുകൾക്കെതിരായി ഏറ്റവും ശബ്ദമുണ്ടാക്കേണ്ടതും ഈ മണ്ഡലത്തിലെ ആളുകളാണ്. നിശിതമായി ഇക്കാര്യങ്ങൾ കേന്ദ്രസർക്കാരിനെ അറിയിക്കുന്ന ഒരാളെയാണ് നാം തിരഞ്ഞെടുത്തയയ്ക്കേണ്ടത്. ഈ മാനദണ്ഡങ്ങളുടെ വെളിച്ചത്തിൽ കൊട്ടുകാപ്പള്ളി തികച്ചും അയോഗ്യനാണ്. 950 വർഷത്തെ പഴക്കം മാത്രമുള്ള പാലാപ്പള്ളി അശോകന്റെ കാലത്തുള്ളതാണെന്നു പറയുകയും ഒളിമ്പിക്കു പതാകയുയർത്തുന്നതിനു മുമ്പ് ത്രിവർണ്ണപ്പതാകയെപ്പറ്റി വിവരിക്കുകയും ഒരു മലയാള നാടകം ഉദ്ഘാടനം ചെയ്തപ്പോൾ മിലാനിലെ 108 മുറിയുള്ള തിയേറ്ററിനെപ്പറ്റി പ്രസംഗിക്കുകയും ചെയ്ത മനുഷ്യനാണ്, ജോർജ്ജ് തോമസ്. തിരു-കൊച്ചിയോടുള്ള, കേന്ദ്രത്തിന്റെ ചിറ്റമ്മനയത്തെപ്പറ്റി പ്രസംഗിക്കാനുദ്ദേശിക്കുന്ന ആ മനുഷ്യൻ വെനീസു നഗരത്തെയും സ്വിറ്റ്സർലണ്ടിന്റെ പ്രകൃതി സൗന്ദര്യത്തെയും പറ്റിയായിരിക്കും പ്രസംഗിക്കുന്നത്. കൃഷിക്കാരന്റെ ഋണബാദ്ധ്യതകളെക്കുറിച്ചും ചെറുവ്യവസായങ്ങളുടെ തകർച്ചയെപ്പറ്റിയും കൊട്ടുകാപ്പള്ളിക്ക് ഒന്നുമറിഞ്ഞുകൂടാ. പാർലമെന്റിന്റെ ഏതെങ്കിലുമൊരു കോണിലിരുന്നുറങ്ങുന്ന ഒരു കൈ പൊക്കി യന്ത്രമായിരിക്കും ശ്രീ. കൊട്ടുകാപ്പള്ളി.

ഇന്ന് കേന്ദ്രം നമ്മുടെ നാടിനോടു കാണിക്കുന്ന നീതികേടിനെതിരായി ഇവിടുത്തെ 81 ലക്ഷം ജനങ്ങൾ സമർപ്പിക്കുന്ന ഒരു നിവേദനമായിരിക്കും ശ്രീമതി അക്കമ്മ ചെറിയാന്റെ വിജയം. മഹത്തരമായ ഒരു കർത്തവ്യമാണു മീനച്ചിലെ ജനങ്ങൾക്കുള്ളത്. തിരു-കൊച്ചിയിലെ ഏറ്റം അദ്ധ്വാനശീലരായ മനുഷ്യൻ നാമാണ്. സാമ്പത്തികമായി ഏറ്റവും മുന്നണിയിൽ നില്ക്കുന്ന പ്രദേശമാണ് ഈ പാർലമെന്റു മണ്ഡലം. തിരു-കൊച്ചിയിലെ വിദ്യാഭ്യാസത്തിലും സംസ്കാരത്തിലും നമുക്കാണ് ഒന്നാം സ്ഥാനം. ഈ നാട്ടിലെ മന്ത്രിമാർക്കും മര്യാദയില്ലാത്ത ഉദ്യോഗസ്ഥന്മാർക്കും ചെലവിനു കൊടുക്കുന്നതു നമ്മളാണ്. തിരു-കൊച്ചിയിലെ ജനതയൊന്നാകെ നമ്മെ ഒരു കാര്യം ഭരമേല്പിച്ചിരിക്കുന്നു. കേന്ദ്രസർക്കാരിന്റെ ചിറ്റമ്മനയത്തിൽ നമുക്കുള്ള പ്രതിഷേധം നെഹ്റുവിനെ അറിയിക്കണം. ആ നിവേദനത്തിൽ ഒപ്പിടാനുള്ള അവസരമാണ് അടുത്ത തിങ്കളാഴ്ച നാടിന്റെ നന്മയ്ക്കുവേണ്ടി, കേരളത്തിനു നിവർന്നു നില്ക്കുന്നതിനായി ആനപ്പെട്ടിയിൽ വോട്ടു ചെയ്യുക. കുത്തഴിഞ്ഞുപോയ കോൺഗ്രസ് പുസ്തകത്തിന്റെ മറക്കാനാവാത്ത ഒരു അദ്ധ്യായമാണ് നമ്മുടെ അക്കമ്മ ചെറിയാൻ.

എന്ന്,

വി സി അലക്സാണ്ടർ പാലാ

പാലാ,

10-11-1953

Travancore
by M K Gandhi

Though I have been apparently silent about Tranvancore, the workers may rest assured that I have not been neglectful. Sometimes silence is more telling than speech. All I am free to say is that I have been usefully silent. I am sorry that all has not gone well. I had hopped that when the State Congress withdrew the allegations against the Dewan, things would run smoothly and the movement for responsible government would be allowed full play[1]. But the bulletin[2] reproduced elsewhere shows that there is no such luck for the Travancoreans. The unseating of 19 prominent members of the Travancore Assembly seems to be vindictive[3]. Have they done anything dishonourable? Not that I know of.

I have before me a letter describing the ill-treatment of Shrimati Accamma Cherian, A political prisoner. If that she declared is court is true. Her treatment was surely disgraceful. She is a cultured woman. She gave up the headmistress-ship of a school in order to join the struggle for liberty. It hurts one to think that in an advanced State like Travancore, which boasts of an enlightened Prince, an equally enlightened Maharani, his Mother And an experienced Dewan, liberty is being choked by rude repression.

---

1. Vide Talk to Travancore State Congress deputation pp 131-3 Trancore pp 287-9
2. Travancore Bulletin by G. Ramachandran,
3. These members all belonging to the state congress have been disqualified on the ground of their having been convicted under the criminal law ... regulation.

But another letter tells me that this repression is taking place in the name of Hinduism and for the sake of saving a Hindu State! It was been suggested that the idea is to repress the Christians who are playing a prominent part in the struggle for freedom.

It is surely late in the day to talk of Hindu States and Muslim States. And what is the test? Is Kashmir a Hindu State because a Hindu Prince happens to rule a territory which has an overwhelming majority of Muslims as its inhabitants? Or is Hyderabad with its over whelming Hindu population. A Muslim State because a Muslim prince rules their destiny? I regard this kind of talk as a libel on nationalism. Is India a Christian State because a Christian king rules over her destiny? But if India is Indian no matter who rules the States are also Indian no matter who happens to be the ruler. And the present Rulers and their successors will rule only by the grace of an awakened people. The awakening that has taken place has come to stay. Every day quickens the pace. The Rulers and their advisers may succeed for the time being in suppressing the spirit of the people. They will never succeed in killing it. To succeed would be to kill the spirit of the people of India. Is anyone in India so short-sighted as to feel that independence is not coming soon? And is it possible to conceive that an independent India will for one moment tolerate repression in any single spot, be it ever so big or ever so small? There is room, in my conception of an independent India. For states with Princes as constitutional trustees as in Aundh[1]. There is room for Englishmen as fellow-servants of the people, never as masters. therefore. The only way in which the Princes can live in a free India is for them now to recognize the time spirit, bow to it and act accordingly. Let if be the boast of the Hindu Prince. His Hindu mother and their Hindu Dewan that they were not afraid of their Christian citizens. Supposing there was responsible government in Travancore, what could the Christians or the Hindus or the Muslims do? Whoever the legislators, they will be responsible to the voters. There is no room for fears there is no hitch in the process. But in the present repression there is much to fear and there are many hitches.

Sevagram, February 13, 1939
Harijan 18-2-1939

1. Vide pp 90-1 from the Collected workds of Mahatma Gandhi (page 413-14)